எம்.எஸ்.எஸ். பாண்டியன்
(காலச்சுவடு கட்டுரைகள்)

எம்.எஸ்.எஸ். பாண்டியன்
காலச்சுவடு கட்டுரைகள்

நாகர்கோவிலில் பிறந்த எம்.எஸ்.எஸ். பாண்டியன் (1958–2014) உலக அளவில் மதிக்கப்பட்ட சமூக அறிவியல் அறிஞர். சபால்டர்ன் ஸ்டடீஸ் (Subaltern Studies Collective) குழு உறுப்பினர்.

மார்த்தாண்டத்தில் இளநிலைப் படிப்பை முடித்த பாண்டியன் சென்னைக் கிறிஸ்தவக் கல்லூரியில் முதுகலை (பொருளியல்) பட்டம் பெற்றார். சென்னை வளர்ச்சி ஆராய்ச்சி நிறுவனத்தில் (MIDS) முனைவர் பட்டம் பெற்று, கல்கத்தா சமூக அறிவியல் ஆய்வு மையத்தில் இரண்டாண்டுகள் (1986 – 88) பணியாற்றினார். பின்னர் MIDSஇல் 2001 வரை பணியாற்றினார். 2009 முதல் காலமாகும்வரை ஜவகர்லால் நேரு பல்கலைக்கழகத்தில் வரலாற்றுப் பேராசிரியராக விளங்கினார். லண்டன், விஸ்கான்சின், ஹவாய் முதலான பல்கலைக்கழகங்களில் வருகைப் பேராசிரியராகவும் ஆய்வறிஞராகவும் விளங்கிய பாண்டியன் எழுதிய நூல்கள்: 'The Political Economy of Agrarian Change: Nanchilnadu 1880 - 1939' (1990), 'The Image Trap: M.G. Ramachandran in Film and Politics' (1992), 'Brahmin & Non Brahmin: Genealogies of the Tamil Political Present' (2007). ஆங்கிலப் பத்திரிகைகளில் பாண்டியன் எழுதிய கூர்மையான அரசியல் விமர்சனக் கட்டுரைகள் மிகுந்த கவனத்தைப் பெற்றன.

எம்.எஸ்.எஸ். பாண்டியன்
(1958 – 2014)
காலச்சுவடு கட்டுரைகள்

காலச்சுவடு பதிப்பகம்

எம்.எஸ்.எஸ்.பாண்டியன் காலச்சுவடு கட்டுரைகள் ♦ © ஆனந்தி. எஸ் ♦ முதல் பதிப்பு: டிசம்பர் 2014, திருத்தப்பட்ட இரண்டாம் பதிப்பு: ஜூலை 2015, மூன்றாம் (குறும்) பதிப்பு: டிசம்பர் 2016 ♦ வெளியீடு: காலச்சுவடு பப்ளிகேஷன்ஸ் (பி) லிட்., 669, கே.பி. சாலை, நாகர்கோவில் 629001

M.S.S. Pandiyan Kalachuvadu Articles ♦ ©Anandhi.S ♦ Language: Tamil ♦ First Edition: December 2014, Revised Second Edition: July 2015, Third (Short) Edition: December 2016 ♦ Size: Demy 1 x 8 ♦ Paper: 18.6 kg maplitho ♦ Pages: 96

Published by Kalachuvadu Publications Pvt. Ltd., 669, K.P. Road, Nagercoil 629001, India ♦ Phone: 91-4652-278525 ♦ e-mail: publications@kalachuvadu.com ♦ Printed at Repro India Ltd., Chennai 600115

ISBN: 978-93-82033-97-4

12/2016/S.No.631, kcp 1700, 18.6 (3) MLL

பொருளடக்கம்

முன்னுரை 9

தேசியப் பழமைவாதத்தை மறுதலித்தல் 17

தமிழ் மேட்டுக்குடியினரும் திரைப்படங்களும் 31

'இருவர்': நுகர்பொருளாக மாறும் சரித்திரம் 58

பின்னிணைப்பு

நாஞ்சில் நாட்டில் வேளாண் மாற்றங்கள் 73

South Indian Studies ஓர் ஆய்வு 77

பின்னுரை

நட்பு, விலகல், மரணம் 85

முன்னுரை

எம்.எஸ்.எஸ். பாண்டியனின் திடீர் மரணச்செய்தி அறிவுலகத்தை அதிர்ச்சியுறச் செய்தது. அவரது எழுத்துக்களை அறிந்த அரசியல் தலைவர்களின் இரங்கல் அறிக்கைகளில் தாங்கள் இதுவரை பாண்டியனைச் சந்திக்காதது பற்றி வருத்தம் தெரிவித்திருந்தனர். அவருடைய நெருங்கிய நண்பர்கள் மற்றும் அவரது நெருக்கத்திலிருந்து விலகி நின்றவர்கள் எழுதிய இரங்கல் குறிப்புகள் பரவலாக ஊடகங்களிலும் சமூக வலைத்தளங்களிலும் தொடர்ந்து வரஆரம்பித்த பின்னரே பலரும் பாண்டியனைப்பற்றி அறிந்துகொள்ளும் முயற்சியில் இறங்கினர். அவர் எழுதிய மூன்று நூல்களையும் 'எக்கனாமிக் அண்டு பொலிட்டிகல் வீக்லி'யில் வெளியான கட்டுரைகளையும் பலரும் வாசிக்க விருப்பம் தெரிவித்தனர். பாண்டியனின் இரங்கல் கூட்டங்களில் அவரது தன்னடக்கம், அறிவுக்கூர்மை மற்றும் நாணயம் பற்றி விரிவாகப் பேசப்பட்டன.

பாண்டியன் மறைவுபற்றிக் கருத்து தெரிவித்தவர்கள் அனைவருமே ஒரு விஷயத்தை முக்கியமாகக் குறிப்பிட்டனர். தமிழ், தமிழ்த் தேசியம், தமிழ்ப் பண்பாடு, தமிழ் சினிமா, திராவிடம், பகுத்தறிவு, பெண்ணுரிமை பற்றி யெல்லாம் ஆங்கிலத்தில் எழுதிவந்த பாண்டியன் ஏன் தமிழில் எழுத முன்வரவில்லை என்ற கேள்வி எழுப்பப்பட்டது. உலகம் முழுவதுக்கும் தமிழக அரசியல் பண்பாட்டைத் தனது அறிவுப் புலத்தாலும் பண்பட்ட ஆங்கில எழுத்துக்களாலும் கொண்டுசென்ற பாண்டியன் தமிழ் சார்ந்த

நல்லுலகத்திற்குத் தமது கருத்துக்களை அளிக்க ஏன் முன்வரவில்லை என்ற ஏக்கம் பலருக்கும் இருந்தது.

அம்ருதா (டிசம்பர், 2014) இதழில் பாண்டியனின் ஆளுமை பற்றி அவரது மாணவர் பாலசுப்ரமணியம் எழுதிய கட்டுரையில் இவ்வாறு குறிப்பிட்டிருந்தார்:

"எக்கனாமிக் அண்டு பொலிட்டிகல் வீக்லி உட்பட முக்கிய பல ஆய்விதழ்களில் பெரியார், திராவிட இயக்கம், தலித்துகள் அரசியல் எழுச்சி, எல்.டி.டி.இ., தமிழ் சினிமா போன்ற பல்வேறு தளங்களில் பல கட்டுரைகளைத் தொடர்ந்து எழுதி வந்துள்ளார். இந்தத் தளங்களில் தமிழகத்தை உலகுக்கு அறியச் செய்ததில் பாண்டியனின் எழுத்துக்களுக்குப் பெரும்பங்கு உண்டு. பாண்டியன் எழுத்துக்கள் பன்மைப் புலம் சார்ந்ததாகவும், கருத்தியலில் பெரியார்நிலை கொண்ட திராவிட அரசியல் ஆதரவு என்பதாகவும் இருந்தது. பாண்டியன் ஆய்வுகள் அனைத்தும் தமிழில் வெளிவந்திருந்தால் அதன் தாக்கம் இன்னும் அதிகமாக இருந்திருக்கும்"

ஏறத்தாழ இதே கருத்தையே பலரும் தங்களது கட்டுரைகளில் எதிரொலித்திருந்தனர். ஆனால் 15 ஆண்டு களுக்கு முன்பே *காலச்சுவடு* பாண்டியனின் சில ஆங்கிலக் கட்டுரைகளை மொழிபெயர்த்து வெளியிட்டிருந்தது. பாண்டியனின் மறைவால் அதிர்ச்சியடைந்த கண்ணன் இரங்கலைத் தெரிவித்ததோடு மட்டுமல்லாமல், பாண்டியனின் கட்டுரைகளைத் தமிழாக்கம் செய்து *காலச்சுவடு* இதழ்களில் வெளிவந்த மூன்று கட்டுரைகளையும், அவரது புத்தகங்கள் குறித்த இரண்டு அறிமுகக் கட்டுரைகளையும் தொகுத்து *காலச்சுவடு* பதிப்பகம் மூலம் தனிப் புத்தகமாக வெளியிட முன்வந்தார். இது அவர்கள் இருவருக்குமிடையில் இருந்த நெருக்கமான உறவைத் தெளிவுபடுத்துகிறது.

இப்புத்தகத்திலுள்ள மூன்று கட்டுரைகளும் வெவ்வேறு காலகட்டத்தில் வந்திருப்பினும் ஒன்றோடொன்று கருத்தியல் ரீதியாகத் தொடர்பு கொண்டவை. முதல் கட்டுரை 'தேசியப் பழமைவாதத்தை மறுதலித்தல்: பெரியாரின் அரசியல் கருத்தாடலில் தேசம்' இராமசுந்தரத்தால் மொழிபெயர்க்கப்பட்டு 1999இல் வெளிவந்தது. பெரியாரின் அரசியல்பற்றி செய்த ஆய்வு, அவர் எப்படி தேசியப் பழமைவாதத்தை மறுதலித்தார் என்பதை விளக்குகிறது. பெரியாரின் தேசம் பற்றிய கருத்து தேசமக்கள் அனைவருக்கும் சமமான குடியுரிமை வேண்டும் என்பதை மையப்படுத்தியது. 'அத்தகைய சமமான குடியுரிமையை அளிப்பதற்கான அடித்தளமற்ற சுயராஜ்யக் கோரிக்கையை கடுமையான விமர்சனத்துக்கு உள்ளாக்கினார்' என்று பாண்டியன் எழுதியுள்ளார்.

மேலும் பெரியாரின் புதிய தேசியக் கொள்கையைப் பற்றிக் கூறும்போது பழமையைத் தூக்கிப் பிடித்து தேசியத் தற்சார்பு மூலம் அதிகாரத்தைத் தேடிக்கொள்ள முற்படும் இந்திய மேட்டுக்குடியினரின் தேசியவாதத்திற்கு மாற்றாகவும், நவீனத்துவத்தை அரைகுறையாகச் செயல்படுத்திய பிரிட்டிஷாரின் காலனிய ஆட்சிக்கு மாற்றாகவும் ஒரு புதிய தேசியக்கொள்கையைப் பெரியார் உருவாக்கிக்கொண்டார் என்று எழுதியுள்ளார்.

பெரியாரின் எதிர்காலப் பயணத்தைப் பற்றிக் கூறும் பொழுது அவர் 'தேசியத் தேடலைப் பழமையிலிருந்து விடுத்து எதிர்காலத்தில் நிலைகொள்ள வைத்தாரென்றும்; பகுத்தறிவு, அறிவியல், மனித விடுதலையில் நம்பிக்கை, போராட்டம் மூலம் முன்னேற்றம், வரலாறு என்பனவற்றின் அடிப்படையில் புதுயுகத்துக்கான புறநிலை விளக்கம் தந்தா'ரென்றும் எழுதியுள்ளார்.

மனிதனின் பிறப்புரிமையான சுதந்திரத்தைப் பெற சுயமரியாதை ஒன்றே வழி என்பதே பெரியாரின் கருத்து என்று எழுதிய பாண்டியன் அடித்தட்டு மக்கள் உய்த்துணர்வு, பகுத்தறிவு, அறிவியல் ஆகியவற்றின் மூலமே சுயமரியாதையையும் அதன் மூலம் அரசியல் முகமையையும் பெறமுடியும் என்று பெரியார் கருதியதாகக் கூறியுள்ளார்.

பகுத்தறிவுவாதமும் முடிவற்ற மாற்றங்களைக் காலந்தோறும் எதிர்கொள்ளும் என்பதையும், பகுத்தறிவு என்று சொல்வது மாறிமாறி வருவதாலும் இன்று எவை எவற்றை அறிவுக்குப் பொருத்தமானவை என்று எண்ணுகிறோமோ அவை நாளைக்கு மூடப்பழக்கவழக்கங்களென தள்ளப்படலாம் என்பது பெரியாரின் நிலை என்றும், தேசியம் என்பது ஒரு தேடலே அன்றி ஒரு முடிவான உருவாக்கம் அல்ல என்ற கருத்தின் அடிப்படையில்தான் பெரியார் தான் தேடிய தேசத்திற்குப் புவியியல் எல்லைகளைத் தெளிவாக வகுப்பது பற்றி அதிக அக்கறை காட்டவில்லை என்றும் பாண்டியன் பதிவுசெய்துள்ளது பெரியாரின் அரசியல் பின்புலத்திற்கு ஒரு சித்தாந்த அடிப்படையைக் கொடுக்கிறது.

திராவிட இயக்கங்களின் வரலாறு திரைப்படங்களுடன் பின்னிப் பிணைந்தது. தமிழ் சினிமாவின் நூற்றாண்டு காலத்தைப் பற்றிப் பலரும் எழுதியிருந்தாலும், பாண்டியன் சினிமா வரலாற்றை மேட்டிமை மக்கள் அணுகிய முறையைத் துல்லியமாக ஆராய்ந்து கூறியுள்ளார். சினிமா பற்றிய பார்வையில் உயர்சாதியினருக்கும் மற்றவர்களுக்கும் இருந்த கருத்துக்களை அவர் விவரித்துள்ளது தமிழ் சினிமா கலாச்சாரத்தைப் பற்றிய புதிய பார்வையை அளிக்கிறது.

இரண்டாவதாக அமைந்துள்ள "தமிழ் மேட்டுக்குடியினரும் திரைப்படங்களும் – ஒரு விவாதத்தின் தொடக்கம்" என்ற பாண்டியனின் கட்டுரையை ஞாநி செம்மையாக மொழிபெயர்த்துள்ளார்.

மேட்டுக்குடியினர் சினிமாவில் தங்களை ஈடுபடுத்திக் கொள்ள வேண்டியவர்களாக இருந்தபோதும், உயர்கலாச்சாரம் தங்களுக்கே உரியது என்று நிலைநிறுத்திக்கொள்ளும் தேவையினால், தங்கள் சினிமா ஈடுபாடு அடித்தள மக்களின் ஈடுபாட்டிலிருந்து மாறுபட்டது என்று காட்டிக்கொள்ள வேண்டியவர்களானார்கள் என்று எழுதிய பாண்டியன் அக் கட்டுரையில் உயர்கலாச்சாரம், கீழ்க்கலாச்சாரம் என்ற வகைப்பாட்டை சினிமாவுக்குள்ளும் நிலைநிறுத்தி, இந்தச் சவாலைச் சமாளிக்க எப்படி யதார்த்தவாதம், மேம்படுத்தும் கருத்தியல் போன்ற கருத்தாக்கங்களை மேட்டுக்குடி கையாண்டது என்பதை விவரிக்கிறார்.

*1928*இல் சென்னை மியூசிக் அகாதமி உருவாக்கப் பட்டதையும், பரதநாட்டியமும் கர்நாடக இசையும் உயர் கலாச்சார அளவுகோல்களாக நிறுவனமயமாக்கப்பட்டு நிலைநிறுத்தப்பட்டதையும் கூறும் பாண்டியன் "கர்நாடக இசையின் உயர்ந்த தரத்தைப் பராமரித்துக் காப்பாற்றுவதே எல்லா இசைக் கலைஞர்களின், ரசிகர்களின் நோக்கமாக இருக்க வேண்டும்; தரத்தைக் குறைப்பதாகவோ பாதிப்பதாகவோ அமையும் விதத்தில் மொழி அடிப்படைகளைக் கருத்தில் கொள்ளக்கூடாது" என்று அகாதமி தீர்மானம் போட்டதையும் சுட்டிக்காட்டியுள்ளார்.

ஆரம்ப காலத்தில் தமிழ் மேட்டுக்குடியினர் புகழ்பெற்ற மேடைக்கலைஞர்களை இழிவான தொனியில் 'கூத்தாடிகள்' என்று அழைத்ததுமல்லாமல், உயர்கலாச்சாரம், கீழ்க் கலாச்சாரம் என்று பிரித்து வைத்து, பராமரித்து வந்த சூழலில், ஊமைப்படக்கால சினிமாவைத் தமிழ் மேட்டுக் குடியினர் கீழ்க்கலாச்சாரம் என்று கருதியதாகக் குறிப்பிடு கிறார். அவ்விரு கலாச்சாரங்களுக்கிடையே அகழி போல இடைவெளி நிலவிய சூழலில்தான் *1930*களில் தமிழ் பேசும்படம் அறிமுகமானதாகக் குறிப்பிடும் பாண்டியன் அடித்தள மக்களிடையே சினிமா பிரபலமாக இருந்தது என்ற ஒரு காரணமே அதிலிருந்து மேட்டுக்குடியினர் விலகி நிற்பதற்குப் போதுமானதாயிருந்ததாகக் கருதினார்.

சினிமா என்பது காட்சி இன்பம் தரக்கூடிய சாதனம் என்பதாலும், மேட்டுக்குடியினருக்கும் சாமானியருக்கும் இடையே இருந்த எல்லை வரம்புகளை உடைக்க முக்கியமான

காரணமாயிற்று என்பதாலும், சினிமாவுடன் தங்கள் உறவைப் புதிதாக வரையறுக்கும் முயற்சியாக 'நல்ல சினிமாவின் இலக்கணம் யதார்த்தவாதமே' என்று மேட்டுக்குடி நிறுவ முற்பட்டதாகக் குறிப்பிடுகிறார்.

அடித்தள மக்களிடமிருந்து மேம்பட்டதாகத் தங்கள் அழகியல் சுயத்தை வேறுபடுத்திக் காட்டுவதற்குத் தமிழ் மேட்டுக்குடி பின்பற்றிய வழி, தான் அங்கீகரித்த கதாசிரியர்கள், எழுத்தாளர்கள், கவிஞர்களின் படைப்புகளை சினிமாவில் பயன்படுத்துவதை ஏற்றுக்கொண்டது எனக் குறிப்பிடும் பாண்டியன், இனியும் சினிமாவை அலட்சியப்படுத்த முடியாது என்ற நிலை ஏற்பட்டபோது யதார்த்தவாதம், மேம்பாட்டுக் கோட்பாடு, சாஸ்திரியம் – சாஸ்திரியமல்லாதவை என்ற இருநிலைவாதம் முதலியவற்றை அடிப்படையாகக் கொண்டு, சினிமாவுடன் உறவாடுவதற்கான மொழியைத் தமிழ் மேட்டுக்குடி உருவாக்கிக்கொண்டது என்றும் எழுதியுள்ளார்.

ஆதிக்கம் தமதுவசப்படாமல் நழுவிப் போய்க்கொண்டே இருக்கும் நிலையில், மேட்டுக்குடியின் சினிமா பற்றிய பார்வை, ஓயாமல், சாமானியர்களைப் பற்றி முடிவற்ற துயரத்தோடு புலம்பிக்கொண்டிருப்பதாகக் குறுகிப்போனதோடு, பரத நாட்டியத்தையும் கர்நாடக இசையையும் தனக்கு மட்டுமே உரிய தனிச் சொத்தாகக் குறுக்கிக்கொள்வதில் தமிழ் மேட்டுக்குடி வெற்றியடைந்தது எனவும், ஆனால் சினிமாவில் இத்தகைய தீர்வு சாத்தியப்படவில்லை என்றும் பாண்டியன் கூறியுள்ளது சினிமாவைப் பற்றி அவருக்கிருந்த ஆழ்ந்த சிந்தனைப் புலத்தை வெளிப்படுத்துகிறது.

திராவிட இயக்கங்களுக்கும் தமிழ் சினிமாவுக்கும் இருந்த நெருங்கிய உறவு அனைவரும் அறிந்ததே. பெரியாரின் திராவிடர் கழகத்திலிருந்து விலகி, திமுகவைத் தொடங்கி தமிழ்நாட்டின் ஆட்சிக் கட்டிலில் ஏறியதும், அதன்பின் அண்ணாவின் மறைவிற்குப் பிறகு கலைஞர் அக்கட்சியைத் தனது கைப்பிடிக்குள் வைத்திருந்ததும், ஒரு கட்டத்திற்குப் பிறகு எம்ஜிஆர் அக்கட்சியை உடைத்துப் புதிய கட்சியைத் தோற்றுவித்துத் தேர்தலில் தொடர்ந்து வெற்றி பெற்று ஆட்சியைப் பிடித்த வரலாறும் அனைவரும் அறிந்ததே. ஆனால் இப்போட்டியைக் கலைஞர் vs எம்ஜிஆர் என்ற தனிமனித வரலாறாகப் பேசுபவர்களும் உண்டு; அல்லது அக்கட்சியின் பிளவுக்கான காரணங்களைப் பட்டியலிடுவோரும் உண்டு. ஆனால் புத்திசாலித்தனமாக இப்போட்டியின் பின்புலத்தில் ஒரு கதை அமைத்து வணிகரீதியாக சினிமாவொன்றை எடுக்க முடியும் என்பது மணிரத்னத்திற்கு மட்டுமே சாத்தியமாயிற்று. அப்படத்தில் உள்ளுறையாகக் கூறப்பட்ட

வரலாற்றுப் பிழைகளையும், அதன் பின்னால் இருந்த அரசியல் சாமர்த்தியத்தையும் துல்லியமாகக் கண்டுபிடித்து வெளியிட்டவர் பாண்டியனே. 'இருவர்' என்ற படத்தைப் பற்றி வெங்கடேஷ் சக்கரவர்த்தியோடு இணைந்து அவர் எழுதிய கட்டுரை மூன்றாவதாக இப்புத்தகத்தில் இடம்பெற்றுள்ளது. 'இருவர்: நுகர்பொருளாக மாறும் சரித்திரம்' என்ற தலைப்பே படத்தின் நோக்கத்தை வெளிப்படுத்தும். மணிரத்னத்தின் படங்களில் சரித்திரத்தை நுகர்பொருளாக மாற்றும் முயற்சி ரோஜா (1992), பம்பாய் (1995) ஆகிய படங்களில் தொடங்கியதாகக் கூறும் பாண்டியன், அதன் தொடர்ச்சியாக 'இருவர்' படத்தில் திராவிட இயக்கத்தின் சரித்திரமும் அரசியலும் அவரது நோக்கத்திற்கு இரையானதாகக் குறிப்பிடுகிறார். சரித்திரம் நுகர்பொருளாக மாறும்பொழுது எந்தவிதமான இன்மைகளுக்கும், ஒருமித்தல்களுக்கும், தடமாற்றங்களுக்கும் உள்ளாகிறது என்ற அடிப்படையிலேயே இப்படம் ஏற்படுத்தும் மாயையைக் கலைத்துப் பார்க்க வேண்டுமென்று எச்சரிக்கிறார்.

பல ஆண்டுகள் இடைவெளிகொண்ட இரண்டு நிகழ்வுகளை முன்னும்பின்னுமாகப் போட்டு, அவசரநிலையை மட்டும் போகிறபோக்கில் மௌனமாகச் சுட்டிக்காட்டி, திராவிட இயக்கத்தின் மேன்மையான அல்லது உண்மையான மனசாட்சியாக, ஆதர்ச – பிம்பமாக ஆனந்தனை (எம்ஜிஆர்) நிலைநிறுத்துவதற்கு மேற்கூறிய ஒருமித்தல்கள் மூலமாகவும், தடமாற்றங்கள் மூலமாகவும் 'இருவர்' ஒரு சுலபமான வழியைக் கையாண்டுள்ளதைக் கூறும் பாண்டியன், மொத்தத்தில் ஆனந்தனை (எம்ஜிஆரை) வேலுத்தம்பி, தமிழ்ச்செல்வனுக்கு எதிராக – அடிப்படையில் ஒரு நேர்மையான, உன்னதமான மனிதனாக – முன்நிறுத்த மேற்கூறிய குறிகள் உதவுவதோடு, எம்ஜிஆரின் பிம்பத்திற்கும், எம்ஜிஆர் என்ற தனிமனிதனுக்கும் சரித்திர ரீதியாக உள்ள வித்தியாசங்களை மழுங்கடிக்கவும் பயன்படுகின்றன என்கிறார்.

ஆனந்தன், தமிழ்ச்செல்வன் ஆகிய இருவரைப் பற்றித்தான் இப்படத்தின் கதை என்றாலும் அவ்வப்பொழுது இக்கதைக்கு மக்கள் தேவைப்பட்டதினால் அவர்கள் மும்முரமாக அரசியலில் ஈடுபடும் ஜீவன்களாக அல்லாது சுயநிர்ணயமற்ற ஆட்டுமந்தைகளாகவும், பின்தளக் கைப் பொருள்களாகவும் சித்தரிக்கப்பட்டுள்ளனர். மொத்தத்தில் திராவிட இயக்கத்தில் மக்கள் ஆற்றிய பங்கு 'இருவ'ரால் ஒடுக்கப்படும்பொழுது அந்தப் படத்தின் சித்தாந்த இலக்குகளும் அரசியல் பார்வையும் வெட்ட வெளிச்சமாகியுள்ளதாகவும், இந்தி எதிர்ப்புப் போராட்டத்தில் இறந்தவர்கள் சாதாரண

மக்கள் மற்றும் தொண்டர்கள் என்பதை மறந்துவிடக்கூடாது என்றும் கூறும் பாண்டியன் இப்படத்தில் மக்கள் கூட்டம் தணியாத ஆர்வத்துடன் எந்தத் தலைவர்களுமில்லாமல் இந்திய சுதந்திரத்தை இரயில்வே ஸ்டேஷனில் கொண்டாடும் அபத்தத்தைக் குறிப்பிட்டுள்ளார்.

ஆனந்தன் (எம்ஜிஆர்) வருங்காலக் கனவுகளை நோக்கி ஆசையுடனும் ஆர்வத்துடனும் பயணிக்கும் ஒருவனாகத் தொடங்கி இறுதியில் மக்கள் கூட்டத்தின் மதிப்புக்கும் மரியாதைக்கும் பக்திக்கும் உரிய பொருளாக மாறுவதைக் காட்டும்மணிரத்னம், அறிவுஜீவியாக, சுயநலக்காரனாக, அதிகார வெறியனாக உருவெடுக்கும் தமிழ்ச்செல்வனை (கருணாநிதி) இறுதியில் பார்வையாளர்களின் பரிதாபத்திற்குரியவராக மாற்றி, 'இருவர்' படத்தின் சித்தாந்தமாக, 'ரோஜா', 'பம்பாய்' போன்ற படங்களில் காட்டியுள்ள தேசியவாதத்தைத்தான் மறுபடியும் காட்டியுள்ளாரென்று பாண்டியன் எழுதியுள்ளது நமது சிந்தனையைத் தூண்டுகிறது. தமிழ்ச்செல்வனுக்கும் அவனுடைய சித்தாந்தத்திற்கும் அரசியலுக்கும் உள்ள கடைசித் தொடர்பும் துண்டிக்கப்பட்டு, அவனுடைய (திராவிட) இயக்கத்தின் அரசியலும் மௌனமாக்கப்பட்டு, புதைகுழியில் அழுத்தப்படுவதாகக் குறிப்பிட்டு மணிரத்னத்தின் உண்மையான நோக்கத்தைப் பாண்டியன் வெளிச்சம்போட்டுக் காட்டியுள்ளார்.

இம் மூன்று கட்டுரைகள் தவிர, பாண்டியனின் முதல் புத்தகத்திற்கான நூல் விமர்சனக் கட்டுரையும் (ஆ.இரா. வேங்கடாசலபதி – 1998), அவர் ஆசிரியராக இருந்த 'தென்னிந்திய ஆய்வுகள்' முதல் அரையாண்டிதழின் விமர்சனக் கட்டுரையும் (இராம. சுந்தரம்–1996) பின்னிணைப் பாகச் சேர்க்கப்பட்டுள்ளன. 'நாஞ்சில் நாட்டில் வேளாண் மாற்றங்கள்' என்ற அவரது முதல் (ஆங்கிலப்) புத்தகம் அவரது முனைவர்பட்ட ஆராய்ச்சியைத் தழுவி எழுதியது. பொருளாதார நிபுணர்களிடம் அதிகம் காணப்படாத வரலாற்று நோக்கு, நூல் நெடுகவும் இழையோடுகின்றது என்று குறிப்பிட்டுள்ளார் வேங்கடாசலபதி.

'தென்னிந்திய ஆய்வுகள்' என்ற அரையாண்டு ஆராய்ச்சி இதழ் எம்.எஸ்.எஸ். பாண்டியனின் ஆசிரியப் பொறுப்பில் மிகவும் அழகுற அச்சிடப்பெற்று வெளிவந்துள்ளதாகக் கூறும் இராம. சுந்தரம், அவ்விதழின் குறிக்கோள் தேசம்–அரசு, தேசிய இனம், மொழி, பண்பாடு பற்றிய கருத்தாக்கங்களை இன்றைய சூழலை மையப்படுத்திப் புதிய கோணத்தில் பகுத்தாராய்ந்து உண்மை காண்பதுவே என்று குறிப்பிட்டுள்ளார்.

புத்தகத்திலுள்ள ஐந்து கட்டுரைகளுமே பாண்டியனின் அறிவுக் கூர்மையையும், வரலாற்று ஆசிரியனுக்கே உரித்தாய் இருக்க வேண்டிய துணிச்சலையும் எடுத்துக் காட்டும். தமிழில் பாண்டியனின் கருத்துக்களை அறிய விழைவோருக்கு இந்நூல் ஒரு சிறப்பு விருந்து. இச்சிறிய நூலைக் கொண்டுவந்துள்ள காலச்சுவடு பதிப்பகத்தின் செயல் பாண்டியன் மறைவுக்குச் செலுத்தப்படும் உண்மையான அஞ்சலி.

சென்னை **கே. சந்துரு**
12.12.2014

தேசியப் பழமைவாதத்தை மறுதலித்தல்

பெரியாரின் அரசியல் கருத்தாடலில் 'தேசம்'

"மந்திர, தந்திரவாதிகளின் காலம் மலையேறிவிட்டது; நீ போராட வேண்டும்" – ழீன் பால் சாத்ரே *(Fanon 1985; 26)* – முன்னுரை.

தேசங்களுக்கு அங்கீகாரம் பெறும் முனைப்பில், தேசியமென்பது 'தேசங்களின்' பழம்பெருமைகளைத் தேடி, அவற்றுக்கு மறு விளக்கங்கள் அளிக்கிறது என்பது ஆய்வாளர்களால் இன்று பொதுவாக ஒத்துக்கொள்ளப்பட்ட கருத்து. ஆனால் தேசங்களுக்கு வரலாற்று தொன்மை கற்பிக்கும் இந்தத் தேசியப் பழமைவாதத்திலிருந்து விடுபட்டு, பழமைவாதத்திற்கு உட்படாத தேசிய உருவாக்கம் பற்றிய கருத்தாக்கம் சாத்தியமே என்பதை, 'தேசவிரோதி' என்ற அவப்பெயரை வாழ்நாள் முழுவதும் சுமந்த பெரியாரின் தேசம்/தேசியம் பற்றிய கருத்தமைப்பில் காணலாம். இதனை இக்கட்டுரை ஆராய்கிறது. தேசியத்துக்கும் காலனியாதிக்கத்திற்கும் உள்ள முரண்பாட்டை முன்னிலைப்படுத்தும் தேசியப் பொதுக் கருத்திலிருந்து விடுபட்டு, வரலாற்றிலும் பகுத்தறிவுவாதத்திலும் கால் பதித்து, குடியுரிமை பற்றிப் புதிய நிலைபாடுகளைத் தேடிய பெரியாரின் தேசியம், இந்திய/தமிழகப் பழமைவாதத்தில் தனது வேர்மூலத்தைக் காணாது, 'இனிவரும் உலகில்' அதனைக்காண முற்படுகிறது.

பெரியாரின் தேசம்பற்றிய கருத்துத் தளத்தில் கால் ஊன்றிச் செல்லுகையில் தேசத்துக்கும் அதன் பழமைக்கும் உள்ள உறவு

என்ன என்பதை ஆராய்வது மட்டுமல்ல இக்கட்டுரையின் நோக்கு. இதுவரை கவனத்தில் கொள்ளப்படாதிருந்த, 'தேசவிரோதம்' எனப் பட்டம் கட்டி மறுதலிக்கப்பட்ட, தேசம்பற்றிய மாற்றுக் கருத்தமைவை மீட்டெடுத்தலும் இக்கட்டுரையின் நோக்கமாகும்.

குடியுரிமை, குடியேற்றம், தேசம்

பெரியார் தமது அரை நூற்றாண்டுகால அரசியல் வாழ்வில் இந்திய தேசிய காங்கிரஸில் இருந்தது ஐந்து ஆண்டுகள் மட்டுமே. ஒத்துழையாமை இயக்கம் நடந்த காலத்தில் காங்கிரஸில் சேர்ந்த அவர், கதர், மதுவிலக்கு போன்ற முக்கிய தேசியப் பிரச்சினைகளில் முழுமூச்சுடன் ஈடுபட்டு நேரம் காலம் பாராது, பொருட்செலவையும் பொருட்படுத்தாது உழைத்ததோடு, உருவாகப் போகும் இந்திய தேசத்தில் சமமான குடியுரிமை அனைவருக்கும் வேண்டுமென்பது தொடர்பான பிரச்சினைகளில் முக்கிய மாகக் கவனம் செலுத்தினார். இதன் காரணமாக ஒடுக்கப்பட்ட சமூகக் குழுக்களின் உரிமைகளுக்காகக் குரல் கொடுத்தார். வைக்கத்தில் தாழ்த்தப்பட்ட மக்களுக்குக் கோயில் தெருவில் நுழைவதற்கு உரிமை வேண்டி, சத்தியாகிரகம் மேற்கொண்டு இரண்டுமுறை சிறைத்தண்டனை பெற்றதோடு 'வைக்கம் வீரர்' என்ற சிறப்புப்பட்டமும் பெற்றார். 'தேசியக் கல்வி யின் உயர்ந்த நோக்கங்'களைக் கற்பிக்க 'புரட்சிகர தீவிரவாதி' வ.வே.சு. ஐயரால் நடத்தப்பட்ட சேரன்மாதேவி குருகுலத்தில் பார்ப்பன, பார்ப்பனரல்லாத மாணவர்களுக்குத் தனித்தனியே உணவு பரிமாறப்பட்டதைக் கடுமையாக எதிர்த்தார். சட்ட மன்றத்திலும் அரசு அலுவல்களிலும் பார்ப்பனரல்லாதாருக்கு வகுப்புவாரி பிரதிநிதித்துவம் (இன்றைய இட ஒதுக்கீடு) வேண்டும் எனத் தொடர்ந்து வலியுறுத்தினார். வகுப்புவாரி பிரதிநிதித்துவம் ஒரு 'தேசிய விரோதக் கோரிக்கை' எனக் கூறப்பட்டு, தேசியவாதிகளால் மூட்டைகட்டி வைக்கப்பட்டது. ஒரு தேசத்தின் அரசியல் கட்டமைப்பில் மையக்கூறு அதன் குடிமக்கள் அனைவருக்கும் சமமான குடியுரிமையே என்னும் பெரியாரின் கொள்கைக்குப் பார்ப்பன ஆதிக்கம் மேலோங்கி இருந்த காங்கிரஸில் போதிய ஆதரவு கிடைக்கவில்லை. இவ்வாறு, காங்கிரஸில் பல தொடர்அனுபவங்களைச் சந்தித்த நிலையில் 1925 நவம்பரில் நடைபெற்ற காஞ்சிபுரம் மாநாட்டில் தாம் கொண்டுவந்த வகுப்புவாதப் பிரதிநிதித்துவம் தொடர்பான இரண்டு தீர்மானங்கள் ஏற்றுக்கொள்ளப்படாததால் கட்சியை விட்டு வெளியேறினார். அதன் பிறகு, அவர் தம் அரசியல் முழக்கமாக 'கடவுள் இல்லை', 'மதம் இல்லை', 'காந்தி இல்லை', 'காங்கிரஸ் இல்லை', 'பார்ப்பான் இல்லை' என்பதை முன்வைத்தார்.

காங்கிரஸ் காணவிருக்கும் தேசத்தில் அடித்தட்டு மக்களின்நிலை பற்றிய அவரது ஐயப்பாடு காங்கிரஸையும் காந்தியையும் பார்ப்பனிய இந்துத்துவத்தையும் எதிர்த்துப் போராடும் உறுதியை அவருக்கு அளித்தது. 1927இல் தமிழகம் வந்தபோது காந்தி வெளியிட்ட சில கருத்துகளால் இது வலுவடைந்தது. அரசியல் கொந்தளிப்பு மிகுந்த அன்றைய தமிழ்நாட்டுச்சூழலில் "வர்ணாஸ்ரம தர்மம் மட்டுப்படுத்த முடியாத தீமையில்லை; அது இந்து தத்துவக் கட்டமைப்பின் அடித்தளங்களில் ஒன்று மட்டுமல்ல, பூமியில் பிறந்த மனிதனின் வாழ்வியல் இலக்கை விளக்கக் கூடியதும் ஆகும்" என்றார் காந்தி (இர்ஷிக், 1969 : 337 – 338). மேலும் "மனிதத் தன்மை, இந்து தத்துவம் என்ற இரண்டின் நேர்த்தியான பூக்கள் பிராமணர்கள்" என்று கூறியதோடு அமையாது, "அவை வாடிப்போக நான் விடமாட்டேன். அவை தம்மைத்தாமே காத்துக்கொள்ளும் என்று எனக்குத் தெரியும். இதற்கு முன்பும் பல புயல்களை அவை சந்தித்திருக்கின்றன. பிராமணர் அல்லாதார் மணமும் ஒளியும்மிக்க அந்த மலர்களைப் பறித்தெடுக்க முயல்கிறார்கள் என்ற அவச்சொல்லுக்கு ஆளாகாதீர்" என்று தனது பார்ப்பனச் சார்பு நிலையை வெளிப்படையாகப் பிரகடனப்படுத்தினார் (சுந்தரராஜன், 1989 : 457).

கடவுள், மதம், காந்தி, காங்கிரஸ், பார்ப்பனர்கள் அனைத்தையும் ஒருசேர பெரியார் எதிர்த்தமைக்குக் காரணம், உருவாகிவந்த இந்தியத் தேசத்தில் சூத்திரர்கள், தாழ்த்தப் பட்டோர்கள், பெண்கள்போன்ற ஒடுக்கப்பட்டவர்கள் சமமான குடியுரிமையைப் பெறுவதற்கு இவை தடையாக உள்ளன என்ற அவரின் புரிதலே ஆகும். அன்றுமுதல் அவரது அரசியல் வாழ்க்கை சுயமரியாதை இயக்கம் (1926), திராவிடர் கழகம் (1944) என்பனவற்றின் ஊடாக, அடித்தட்டு மக்களுக்குப் பெயரளவில்லாத (Formal), தற்சார்புடைய (substantive) ஒரு உறுதியான சமமான குடியுரிமை பெற்றுத் தருவதற்கான ஒரு பெரும்பயணமாகவே அமைந்தது. ஒரு தேசத்தின் அரசியல் கட்டமைப்பில் சமமான, தற்சார்புடைய குடியுரிமைதான் அடித்தளம் என்று அவர் கருதினார் என்பது அவர் எவ்வாறு தேசியவாதிகளின் 'சுயராஜ்யம்' பற்றிய கருத்தையும் பிரிட்டிஷ் அரசு பற்றிய கருத்தையும் எதிர்கொண்டாரென்பதிலிருந்து தெளிவாகிறது.

சுயராஜ்யம்

"சுயராஜ்யம்" அல்லது "சுயாட்சி" என்ற தேசியவாதிகளின் கோரிக்கை அடித்தட்டு மக்களைத் தங்கள் தலைமையின்கீழ் கொணர்ந்து அவர்கள்மீது தங்கள் அதிகாரத்தைச் செலுத்த விழையும் மேட்டுக்குடிகளின் சதித்திட்டமே என்று

அவர் வாதிட்டார். மேலும் அத்தகைய 'சுயராஜ்யம்', சமத்துவமின்மையையும் அதிகாரத்தின் அடிப்படையிலான உறவுகளையும் இறுகச்செய்யும் எனவும் கருதினார். தீண்டாதார், பெண்கள் ஆகியோரின் அடிமைநிலையை முன்னிறுத்தி, சுயராஜ்யத்தின் உள்ளடக்கம் பற்றிப் பெரியார் 1928இல் பின்வருமாறு எழுதினார்:

> "...மேற்கண்ட இரண்டு கொடுமைகளும் அழிக்கப்படாமல், இந்தியாவுக்கு பூரண சுதந்திரம் கேட்பதோ இந்தியாவின் பாதுகாப்பையும் ஆட்சி நிர்வாகத்தையும் இந்திய மக்கள் தாங்களே பார்த்துக்கொள்கிறோம் என்று சொல்லுவதோ மற்றும் இந்தியாவிற்கு அந்நியருடைய சம்பந்தமே சிறிதும் வேண்டாம் என்று சொல்வதோ... சுத்த அறியாமைத்தனமானதென்றும் இல்லாவிட்டால் சுயநலச் சூழ்ச்சியே கொண்ட நாணயத்தவறான காரியமாகுமென்றும் சொல்லி வருகிறோம்...
>
> ஏனெனில், நம்மில் ஒரு கூட்டத்தாரையே நாம் நமது சமூகத்தாரென்றும் நமது சகோதரர்களென்றும் ஜீவகாருண்யமென்றும்கூடக் கருதாமல், நம்மளுக்கே நாம் விரும்பும் சுதந்திரத்தையளிக்காமல், மனிதர்கள் என்றுகூடக் கருதாமல், அடிமைப்படுத்தி, கொடுமைப் படுத்தி, இழிவுபடுத்தி, தாழ்த்தி வைத்திருக்கிறோம். ஆதலால், அத்தாழ்த்தப்பட்ட மக்களின் நலத்தையோ விடுதலையையோ நம்மிடம் ஒப்புவிப்பதென்றால் கசாப்புக் கடைக்காரரிடம் ஆடுகளை ஒப்புவித்ததாகுமே தவிர, வேறல்ல..." (பெரியார் 1984 : 71).

சமத்துவமற்றதொரு சமுதாயம் சுயராஜ்யம் பற்றிப் பேசுவது ஒரு ஏமாற்று என்பதனைக் கீழ்க்காணுமாறு அடிக்கோடிட்டுக் காட்டினார்: "பறையனுக்குப் பார்ப்பான் ஆள்வதா சுயராஜ்யம்? எலிக்குப் பூனை ஆள்வது சுயராஜ்ய மாகுமா? உழவனுக்கு-மிராசுதாரனும், தொழிலாளிக்கு – முதலாளியும் ஆள்வது சுயராஜ்யமாகுமா?..." (ஆனைமுத்து, 1974 : II 673). இதன் அடிப்படையில் இந்தியா ஒரு நாடேயில்லை என்றார். "இந்தியா – சாதிகளின் காட்சிசாலையாக, மதக் கண்காட்சிசாலையாக, பாஷைகள் கண்காட்சிசாலையாக, சாமிகள் காட்சிசாலையாக இருக்கின்றதே ஒழிய வேறு என்னமாயிருக்கிறது?" என்று வினவினார் (மேற்கண்ட நூல், 649)

சுருக்கமாகச் சொல்லவேண்டும் எனில், தேசம்பற்றிய அவரது கருத்து தேசமக்கள் அனைவருக்கும் சமமான குடியுரிமை வேண்டும் என்பதை மையப்படுத்தியது. அத்தகைய சமமான குடியுரிமையை அளிப்பதற்கான அடித்தளமற்ற சுயராஜ்யக் கோரிக்கையைக் கடுமையான விமர்சனத்துக்கு அது உள்ளாக்கியது.

பிரிட்டிஷ் அரசு

இதுவரை பெரியாரின் இந்திய தேசியம்பற்றிய கருத்துக்களைக் கண்டோம். இந்திய தேசிய நீரோட்டத்தின் எதிர்மறையான பிரிட்டிஷ் அரசுபற்றிய அவரது மனப்பாங்கு என்ன என்பதை இப்போது காண்போம். காந்தியிடம் மட்டுமீறிய நம்பிக்கைகொண்ட காங்கிரஸ்காரராக இருந்த நிலையில், அவர் பிரிட்டிஷ் அரசைக் கடுமையாகச் சாடினார். "இந்தியர்களாகிய நம்மைக் காட்டுமிராண்டிகள் என்று கூறுவதில் பிரிட்டிஷாருக்குக் கொள்ளை ஆசை. அப்படியே இருக்கட்டும்; எங்கள் நாட்டுச் சுதந்திரத்தைப்பெற உங்களை ஓடஓட விரட்டப்போகும் காட்டுமிராண்டிகள்தான் நாங்கள் என்பதை அவர்களுக்குக் காட்டவேண்டிய நேரம் வந்துவிட்டது" என்றார் (விஸ்வநாதன், *1983 : 38*).

காங்கிரஸிலிருந்து விலகியபிறகு, பிரிட்டிஷ் அரசு பற்றிய தமது கருத்தை மறுபரிசீலனை செய்தார். அதன் சிலநடவடிக்கைகள் தமது அரசியல் இலக்கைஎட்ட ஆதரவாக இருப்பதாகக் கருதினார். 'அரசன் கடவுளுக்குச் சமம். அவனுக்கு அடங்கிப்போவதே நமது வேலை' எனக்கூறிய 'இந்து இந்தியா'வுக்கு, 'அரசன் மக்களின் சேவகன்' என்று உணர்த்தியது இங்கிலீஷ் இந்தியாதான் என்ற கருத்துப்பட எழுதினார் (ஆனைமுத்து *II : 652*). பிரிட்டிஷாருக்கு அடிமையாக இருந்ததால் நமக்குப் பல இழப்புகள் இருந்தாலும் நாம் மனிதர்கள் என்ற உணர்வு பெறுவதற்கு அவர்கள்தான் உதவினர். நாம் வடஇந்தியர்களின் / பார்ப்பனர்களின் அடிமைகளாய் நீடித்திருப்பின் சூத்திரன், இராட்சசன், சண்டாளன், அசுரன், குந்தகன், பிரதிலோகன், கோளகன், நரகன் என்ற இழிபெயர்களோடுதான் வாழ வேண்டியிருந்திருக்கும் என்று அவர் கருதினார் (ஆனைமுத்து *II : 703*).

பிரிட்டிஷ் அரசுக்குப் பதில் மனுதர்மம், வர்ணாஸ்ரமம், பார்ப்பனத் தலைமை ஆகியவற்றுக்கு உட்படாத புதியதோர் ஆட்சியைக் கொண்டுவரும் சூழலற்றநிலையில் சுயராஜ்யம் வந்தால் அது 'தற்கொலைக்கு ஒப்பாகும்' என்றும் அவர் பலமுறை வலியுறுத்தினார். ஏனெனில் மனுதர்மம், வர்ணாஸ்ரமம், பார்ப்பன தலைமை என்பவை சமதர்மத்தின் எதிரிகள் என்பது அவர் கருத்தாக இருந்தது. எனினும், அவரது பிரிட்டிஷ் அரசு ஆதரவு அதன் தராதரம் பற்றியே அமைந்திருந்தது. பிரிட்டிஷார் தமதுநாட்டில் நடைமுறைப்படுத்தும் மனித தர்மத்தை இங்கு முழுதாகச் செயல்படுத்தவில்லை என்பது அவர் நிலைப்பாடு. அதுமட்டுமல்ல, பிரிட்டிஷார் அவ்வப்போது மனுதர்ம வழியில் செல்வதாகவும் விமர்சித்தார். பிரிட்டிஷாரின் இந்தப் போக்கிற்கு இரண்டு காரணங்களை முன்வைத்தார்.

பிரிட்டிஷ் அரசு மனிததர்மத்தை உறுதியாகச் செயல்படுத்தாது பின்னடையக் காரணம் இந்திய தேசிய மேட்டுக்குடியினரின் கடுமையான எதிர்ப்புதான் என்பதை இங்கு சுட்டிக்காட்டினார். இதற்குச் சான்றாக, பிரிட்டிஷாரின் சமூகச் சீர்திருத்த முயற்சிகளுக்கு எதிராக இந்திய மேட்டுக்குடியினர் மேற்கொண்ட செயல்பாடுகளை முன்வைத்தார். தேவதாசி ஒழிப்புச் சட்டம், குழந்தை மணத்தடைச் சட்டம், இந்து சமய அறநிலையச் சட்டம் ஆகியவை பிரிட்டிஷ் அரசின் 'அடாவடித்தனம்' எனக்கூறி மேட்டுக்குடியினரால் எதிர்க்கப்பட்டதையும், இவ்வகை எதிர்ப்பு தமிழ்பேசும் பகுதியில் மிகவன்மையாக இருந்ததையும் பெரியார் சுட்டிக்காட்டினார். சாரதா சட்டத்திற்கு எதிராக காங்கிரஸ் தலைவர் சத்தியமூர்த்தி தன் குழந்தைப்பருவத்துப் பெண்ணின் திருமணத்தை நடத்தப்போகிறேன் என்று மிரட்டியதையும், இந்து சமய அறநிலையச் சட்டம் 'இந்தியர் களின் மத நடவடிக்கைகளில் பிரிட்டிஷாரின் தலையீடு' எனக்கூறிக் கண்டித்ததையும், 'தேவதாசிகள் இந்திய கலை, கலாச்சார மரபின் காப்பாளர்கள் என்றும், ஒவ்வொரு தேவதாசி குடும்பமும் ஒருவரைத் தேவதாசியாக அர்ப்பணிக்க வேண்டும்' என்றும் பேசியதையும், தலித்துகளின் கோயில் நுழைவை எதிர்த்ததையும் நாம் இங்கு கருத்தில்கொள்ள வேண்டும் (பார்த்தசாரதி 1979 : 116, சுந்தரராஜன் 1983 : 54 – 55, 136; ஆனந்தி 1991:37 – 38). இந்தச் சட்டங்கள் 'சர்க்கார் தாசர்களாலும்' 'தேசத் துரோகிகளாலும்' 'பிரிட்டிஷ் அரசாங்கத்தாலும்' நிறைவேற்றப்பட்டதையும் தேசியவாதி களுக்குப் பெரியார் நினைவூட்டினார் (ஆனைமுத்து II : 777). பிரிட்டிஷ் அரசாங்கத்தின் முற்போக்குக் கொள்கைக்கு எதிராக இவர்கள் செயல்பட்டதற்கு மற்றொரு எடுத்துக்காட்டாக 1857இல் நடந்த சிப்பாய்க் கலகத்தை முன்வைத்தார். சிப்பாய்க் கலகத்தை இந்திய சுதந்திரப்போரின் முதற்கட்டம் எனச் சொல்லுதற்கு அதில் ஒன்றும் இல்லை; வேதக் கருத்துக்களையும் மூடநம்பிக்கைகளையும் மதத்தையும் காப்பதற்கான முயற்சியே அது என்றார். இந்த முயற்சியைத் தடுத்ததற்காக, பிரிட்டிஷ் அரசாங்கத்தைப் பாராட்டவும் செய்தார். இந்தியப் பிற்போக்குச் சக்திகள் அரசு அதிகாரத்தைக் கைப்பற்ற இந்தியச் சிப்பாய்களைப் பயன்படுத்திக்கொண்டதாக வாதிட்டார் (ஆனைமுத்து II: 691, 846).

பிரிட்டிஷார் மனித தர்மத்தை இந்தியாவில் முழுமையாகச் செயல்படுத்தாமைக்குக் காரணம் இந்திய மேட்டுக்குடியினரின் இத்தகைய எதிர்ப்புகள் மட்டுமல்ல, தங்களை வளப்படுத்திக்கொள்ள வேண்டுமென்ற பிரிட்டிஷாரின் சுயநலமும் கூட என்பதைப் பெரியார் எடுத்துரைத்தார். அதாவது, மனிததர்மத்தைச் செயல்படுத்த,

பிரிட்டிஷார் ஆர்வம் காட்டாததற்குக் காரணம் பிரிட்டிஷாருக்கும் இந்திய மேட்டுக்குடியினருக்கும் இடையிலான ஒருவகை உடன்பாடே என்றார். அத்தகைய உடன்பாடு, பிரிட்டிஷார் தங்கள் ஆட்சியை இந்தியாவில் தொடரவும் இந்திய நாட்டுச் செல்வத்தைக் கொள்ளையடித்துத் தமது நாட்டிற்குக் கொண்டுசெல்லவும் அடிப்படையாயிற்று எனக் கூறினார் (ஆனைமுத்து II: 277).

பெரியாரின் கருத்தாக்கத்தில் இந்த இரு காரணங்களும் ஒன்றோடு ஒன்று பின்னிக்கிடப்பவை. பார்ப்பனர்களுக்கு நாம் உதவினால் சுயநலவாதிகளான பார்ப்பனர்கள் தங்களுக்கு ஒற்றுவேலை செய்து தங்கள் ஆட்சி இந்தியாவில் நீடிக்க உதவுவர் என நம்பியதாலும், பார்ப்பனர் சொல்வதைக் கேட்பதன்மூலம் தங்கள் காரியத்தைச் சாதித்துக்கொள்ளப் பிரிட்டிஷ் அரசு விரும்பியதாலும் இவ்வகை உறவு அதற்குத் தேவைப்பட்டது என்றார் (ஆனைமுத்து I : 173).

சமத்துவம், அடித்தட்டு மக்களின் குடியுரிமை எனும் தளங்களிலிருந்து செயல்பட்டமையால், பெரியாரின் தேசியம் பற்றிய கருத்து தேசிய சுயராஜ்யம் x காலனிய ஆட்சி எனும் எதிர்மறைக்குள் சிக்காமல் சுதந்திரமாகப் பரந்து விரிந்தது; தேசிய சுயராஜ்யம், காலனி ஆட்சி ஆகியவற்றின் உள் முரண்பாடுகளை எதிர்கொண்டது. இதன் அடிப்படையில் பழமையைத் தூக்கிப்பிடித்து தேசியத் தற்சார்புமூலம் தங்களுக்கு அதிகாரத்தைத் தேடிக்கொள்ள முற்படும் இந்திய மேட்டுக்குடியினரின் தேசியவாதத்திற்கு மாற்றாகவும் நவீனத்துவத்தை அரைகுறையாகச் செயல்படுத்திய பிரிட்டிஷாரின் காலனிய ஆட்சிக்கு மாற்றாகவும் ஒரு புதிய தேசியக்கொள்கையை அவரால் முன்வைக்க முடிந்தது. இதை முழுமையாக ஆராயும்முன் இந்தியப் பழமை, தமிழ்ப் பழமைபற்றி அவர் என்ன கருதினார் என்பதைக் காணவேண்டும். அவர் எவ்வித விமர்சனமுமின்றி, தமிழ்ப் பழமைக்கு முன்னுரிமை தந்து, இந்தியப் பழமைக்கு எதிராக அதைத் தூக்கிப்பிடித்தார் எனப் பரவலாக நம்பப்பட்டுவரும் இக்காலகட்டத்தில் இவ்வகை பகுப்பாய்வு மிகத்தேவை.

இந்தியப் பழமைவாதம் / தமிழ்ப் பழமைவாதம்

இந்தியத் தேசியவாதிகள் தம்சொல்லாடலில் இந்தியப் பழமைவாதத்தை எவ்வாறு கையாளுகிறார்கள் என்பதை அவர் நன்கு அறிவார். அவரைப் பொறுத்தமட்டில், இந்தியப்பழமை என்பது பார்ப்பன இந்துமதமும் வர்ணாஸ்ரம தர்மமும் இந்தியச் சமூகத்தின்மீது தொடர்ந்து செலுத்திவந்த அதிகாரத் தலைமையின் கதை என்பதே ஆகும். மனுஸ்மிருதி, புராணங்கள், மகாபாரதம், இராமாயணம் முதலிய இந்தியாவின் பழம்பெரும்

இலக்கியங்கள் எனப்படுவன எல்லாம் மேல்சாதியினர் தங்கள் தலைமையைத் தக்கவைத்துக்கொள்ளப் பயன்படுத்திய சூதுக்கருவிகள் என்று குறிப்பிட்டார்.

இந்தியாவின் பண்டை இலக்கியங்கள் மட்டுமல்ல, தேசியவாதிகளால் முன்னிறுத்தப்படும் இந்தியாவின் ஆயிரக்கணக்கான ஆண்டு வரலாறும்கூட மேட்டுக்குடியினரின் ஆதிக்க வரலாறே என்றார். மேல்சாதியினர் தங்கள் தலைமைக்கு எதிராகக் கிளர்ந்துஎழும் சவால்களைக் கொடுமையாக அடக்குவதும் முடியாதகட்டத்தில் எதிரிகளோடு இணங்கிப் போவதுமே இவ்வரலாறு என்றுரைத்தார். தமது கருத்துக்கு வலுசேர்க்கும் சான்றாக, மேல்மட்ட இந்துக்கள் தங்கள் மதத்தால் வகுக்கப்பட்ட சமூகப் படிநிலைகளை எதிர்த்த புத்தமதத்தினரை அடித்து நொறுக்கிக் கழுவில் ஏற்றியதை முன்வைத்தார். அவர்களின் இந்த வெறியாட்டம் புத்தர் புகழையும் புத்தமதத்தையும் ஒழித்துக்கட்ட முடியாமல் போனபோது புத்தரை விஷ்ணுவின் அவதாரங்களில் ஒன்றாக உள்ளடக்கி, சைவத்திற்கும் வைணவத்திற்கும் இணையான ஒரு பிரிவாக புத்தமதத்தை ஏற்றுக்கொண்டதைக் குறிப்பிட்டார். இதைப்போலவே சூத்திரப் பட்டம் சூட்டப்பட்ட ஒடுக்கப்பட்ட சாதியினர் வன்முறையைத் தங்கள் கையில் எடுத்துக்கொண்டபோது அவர்களுக்கு சத்திரியப் பட்டம் சூட்டி பார்ப்பன இந்துமதம் சமரசம் செய்துகொண்டது (ஆனைமுத்து 74 I : 312) என்றார்.

இந்த வரலாற்றை இந்தியாவின் பழம்பெருமையெனத் தொடர்ந்து சொல்லிவருவதன்மூலம் நிகழ்காலத்திலும் அடித்தட்டுமக்களை அடக்கிவைக்க முடிகிறது என்பது பெரியாரின் கருத்து. பழமை மறையவில்லை; இன்றும் உயிர்த்துடிப்புடன் இருக்கிறது; எல்லாருக்கும் சுதந்திரம், சமதர்மம் என்பதை மறுக்கிறது; எனவே தற்சார்புடைய குடியுரிமை வழங்கும் தேசம் உருவாகவேண்டுமெனில் பழமையுடன் போராட வேண்டும் என்பது அவரது அரசியல் நோக்கு.

இனி, தமிழ்ப் பழமைபற்றிய பெரியாரின் பார்வையைக் காண்போம். பள்ளிகளில் கட்டாய இந்திப்பாடம் காங்கிரஸ் அரசால் 1937இல் அறிமுகப்படுத்தப்பட்டபோது நடந்த இந்திஎதிர்ப்புப் போராட்டக்காலத்தில் பெரியார், தனித் தமிழ்நாடு கோரிக்கையை முன்வைத்தார். பின்னர், அது தனித் திராவிடநாடாக ஒலித்தது. அவர் இறுதிவரை இந்தியாவை ஒரு தேசம் என்று ஏற்றுக்கொள்ளவில்லை. இந்தப் பின்னணியில், இந்தியப் பழமையோடு ஒப்பிடும்போது தமிழ்ப் பழமையில் சமதர்மக்கூறுகள் இருப்பதை அவர் வேறுபடுத்திக்காட்டினார். பார்ப்பனரல்லாதாரை இழிவாகக்கருதும் சாதி அமைப்பும்,

பெண்ணை ஆணுக்கு அடிமைப்படுத்தும் நடைமுறையிலுள்ள மணச்சடங்கும் பழந்தமிழருக்கு அயலானவை எனப் பழந்தமிழ் இலக்கியங்களை ஆதாரமாகக்கொண்டு வாதிட்டார். பார்ப்பனிய இந்துத்துவ வடஇந்தியா, பிற இந்தியப் பகுதி களுக்குத் தலைமையேற்க முயல்வதை மறுப்பதற்கும் சமதர்மம்தொடர்பான செயல்முறைகளில் மற்ற இந்தியப் பகுதிகள் சிறப்பான முன்னுதாரணங்களைக் கொண்டுள்ளன என்பதை எடுத்துக்காட்டுவதற்கும் இச்சான்றுகளைப் பயன்படுத்திக்கொண்டார்.

மற்றபடி, தமிழ்ப் பழமைபற்றிய அவரது கருத்து இந்தியப் பழமைபற்றிய கருத்திலிருந்து அதிகம் மாறுபட்டதாகக் கூறமுடியாது. தமிழ்ப்பழமையில் காணும் சமதர்மம் பற்றிக் குறிப்பிடும் அதேநேரத்தில் பழமை பாராட்டுவதால் பயனெதுவும் இல்லை என்பதையும் வலியுறுத்தினார். பழங்காலத் தமிழ்ப்பெண்கள்நிலை சிறப்பாக இருந்தது என்று புகழ்ந்து பேசுவதை விமர்சிக்குங்கால், "அல்லிராணி, கண்ணகி, மாதவிபற்றிப் பேசுவதை விட்டுவிட்டு, இன்றைய பெண்கள் நிலை என்ன, அவர்களுக்குச் சுதந்திரம் பெறுவது எப்படி என்பதுபற்றிப் பேசுவது நல்லது" என்றார் (குடியரசு 27 நவம்பர் 1938). தமிழர்களின் பழம்பெரும் இலக்கியங்களெனக் கொண்டாடப்பட்ட சிலப்பதிகாரமும் திருக்குறளும் அவர் விமர்சனத்திற்கு இலக்காகின. சிலப்பதிகாரம் விபச்சாரத்தில் தொடங்கி, கற்பில் வளர்ந்து, முட்டாள்தனத்திலும் மூடநம்பிக்கையிலும் முடிகிறது என்றும், ஆணுக்கொரு நீதியும் பெண்ணுக்கொரு நீதியும்கூறிப் பெண்களை இழிவுபடுத்துகிறது என்றும் விமர்சித்தார். கற்பு என்பது பெண்களின் அடிமைத்தனமாகவே அவரால் கருதப்பட்டது. திருக்குறளை ஓரளவு ஏற்றுக்கொண்டாலும் அதையும் அவர் விமர்சிக்கத் தயங்கவில்லை. "தெய்வத்தைத் தொழாமல் தன்கொழுநனாகிய தன்தலைவனைத் தொழுகின்றவள் மழையைப் பெய்யென்றால் மழை பெய்யும்" என எழுதும் திருவள்ளுவர் பெண்ணாக இருந்தால் இப்படி எழுதி இருப்பாரா என்றும் பெரியார் வினவினார் (பெரியார் 84 : 15; ஆனைமுத்து 74 II : 1039, 1229, 1257, 1259−66).

தமிழகத்தின் மாமன்னர்களென வழங்கப்படும் சேர, சோழ, பாண்டியர்களும் அவருடைய விமர்சனத்திலிருந்து தப்பவில்லை. பழந்தமிழ் அரசர்களுக்குச் சுயமரியாதையும் புத்திசாலித்தனமும் இல்லை என்றும், தமிழர் தாழ்ந்து போனதற்கு அது காரணம் என்றும் கூறினார். மக்களுக்கு நல்லறிவுபுகட்டிய பௌத்தர்களையும் சமணர்களையும் கழுவேற்றிய அவர்கள் பாராட்டுக்குரியவர்களா என்றும் கேட்டார். கோவில் பண்பாட்டைப் பரப்பி, மக்களை மூடர்களாக்கி, கல்விஅறிவு கொடுக்க அவர்கள்

தவறிவிட்டார்கள் என்றார் (ஆனைமுத்து II : 692). தமிழ்ப் புலவர்கள் பற்றிய அவரது மதிப்பீடும் பழமையை மறுப்பதாகவே இருந்தது. இலக்கியங்களை மனப்பாடம் செய்வதும் ஒரு சொல்லுக்குப் பலபொருள் தருவதும் மக்களைக் குழப்பிப் பணம்பண்ணுவதுமே அவர்கள் திறமையாகும் என்றார் (மேற்படி 984).

நவீனத்துவம்

தன்னுடைய சமத்துவ அடிப்படையிலான தேசியத் தேடலுக்குப் பயன்படாத, இந்திய/தமிழ்ப் பழமை பெரியாரைப் பரிதவிக்கச் செய்யவில்லை. மாறாக, தன்னுடைய தேசியத் தேடலைப் பழமையிலிருந்து விடுவித்து எதிர்காலத்தில் நிலைகொள்ள வைத்தார். பகுத்தறிவு, அறிவியல், மனித விடுதலையில் நம்பிக்கை, போராட்டம் மூலம் முன்னேற்றம், வரலாறு என்பனவற்றின் அடிப்படையில் புதுயுகத்துக்கான புறநிலைவிளக்கம் தந்து தாம் காணவிரும்பிய எதிர்காலம் நோக்கிப் பயணித்தார்.

"மாற்றம் என்பது தவிர்க்க இயலாதது; அதை யாராலும் தடுக்க முடியாது" என்பது அவரது உறுதியான நிலைப்பாடு. "மாறுதலுக்குக் கட்டுப்பட்டதன்றோ உலகம்? மாறுதலுக்கு வளைந்துகொடாத மனிதன் மாயவேண்டியதுதான் ! இதுவரை மாறுதலை எதிர்த்து வெற்றிபெற்றவர்கள் கிடையாதே! நமது போக்குவரத்துச் சாதனங்கள், நமது வாத்தியங்கள், நமது உடைகள், நமது ஆபரணங்கள் இவையெல்லாம் இன்று எவ்வளவு மாறுபட்டுவிட்டன? 20 வருடத்திற்கு முன் எத்தனை பேர் க்ராப் வைத்திருந்தார்கள் – இன்று எத்தனைபேர் குடுமி வைத்துள்ளார்கள் ?" என்று கேட்டார் (ஆனைமுத்து I, 204). நம் மக்களால் கடவுளாகக்கருதப்பட்ட அரசர்கள் நிலை இன்று எப்படி உள்ளது? அரசாங்கத்திடமிருந்து மானியம் பெறும் நிலையிலேயே உள்ளது என்று வரலாற்றில் ஏற்பட்ட மாற்றத்தைச் சுட்டிக்காட்டினார் (ஆனைமுத்து 1974 I : 337).

சுயமரியாதையை மீளப்பெறுதல்

ஆனால் மாற்றம் என்பது வரலாற்றில் தன்னியலாக நிகழ்வதில்லை; ஒருமுகப்பட்ட மனித முயற்சியை, தலையீட்டை அது வேண்டுகிறது. எனவே, கடந்தகாலத்தில் ஒடுக்கப்பட்டோர் இப்போது செயலாற்றலுள்ளவர்களாக மாறவேண்டும். அதன்மூலம் இழந்துபோன சுயமரியாதையை மீளப்பெறுதல் வேண்டும். தன் சுயத்தகுதியை உணர இந்தச் சுயமரியாதை உணர்வு தேவை. சுயமரியாதையை நாம் பெற்றுவிட்டால் சுதந்திரம் கண்ணிமைக்கும் நேரத்தில் கிடைத்துவிடும்; மனிதனின் பிறப்புரிமையான சுதந்திரத்தைப் பெற சுயமரியாதை ஒன்றே வழி (பெரியார் 1978 : 13) என்பது பெரியாரின் கருத்து.

அநீதிக்கும் அடிமைத்தனத்துக்கும் ஆளானவர்கள் சுயமரியாதையால் உந்தப்பட்டு தாம் தமக்காகவே கிளர்ந்து எழும்போதுதான் விடுதலைகிடைக்கும் என்பது பெரியாரின் நம்பிக்கை. பெண் விடுதலைக்காக ஆண்கள்மட்டுமே குரல் கொடுப்பதை ஏற்காத அவர் பெண்கள்தான் அதற்கான அரசியலைத் தங்கள் கையிலெடுத்துப் போராடவேண்டும் எனக் குறிப்பிடுவதைச் சான்றாகக் காட்டலாம் : "எங்காவது பூனைகளால் எலிகளுக்கு விடுதலை உண்டாகுமா? எங்காவது நரிகளால் ஆடு கோழிகளுக்கு விடுதலை உண்டாகுமா? எங்காவது வெள்ளைக்காரர்களால் இந்தியர்களுக்குச் செல்வம் பெருகுமா? எங்காவது பார்ப்பனர்களால் பார்ப்பனரல்லாதார்க்குச் சமத்துவம் கிடைக்குமா என்பதை யோசித்தால் இதன் உண்மை விளங்கும்" (பெரியார் 84:83, 84). மேற்கண்ட அவர் கூற்று சுட்டுவது போல் பெரியார் ஒடுக்குவோர்/ஒடுக்கப்படுவோர் என்பவர்களை எல்லாச் சூழலிலும் 'இவர்கள்தான்' என்று அறுதியிட்டு நிலை படுத்தவில்லை. சூழலுக்கு ஏற்றவாறு ஒடுக்குவோர் ஒடுக்கப் படுவோராயும், ஒடுக்கப்படுவோர் ஒடுக்குவோராயும் உருவெடுப்பரென்பது அவர் கருத்து. பார்ப்பனரால் ஒடுக்கப் படும் சூத்திரர், தன்வீட்டில் பெண்களை ஒடுக்குவதை அவர் எடுத்துக்காட்டாகக் கூறுவார். எனவே, சமத்துவம்/ சுயமரியாதை அடிப்படையிலான தேசியத்திற்கான போராட்டம், பன்முகங்களோடு, காலச்சூழலுக்கு ஏற்றவாறு மாறுபட்ட இலக்குகளைநோக்கி முடிவின்றி நகரும் என்பது அவர் கருத்து.

பெரியாரின் தேசம்பற்றிய கருத்தாடலில் சுயமரியாதை தலைமை இடம்பெறுவதை மேலே சுட்டிக்காட்டினோம். தேச உருவாக்கத்துக்கு ஒரேவழியான சுயமரியாதையை அடித்தட்டு மக்கள் எவ்வாறு பெறக்கூடும்? உய்த்துணர்வு, பகுத்தறிவு, அறிவியல் ஆகியவற்றின்மூலமே சுயமரியாதையையும் அதன் மூலம் அரசியல்முகமையையும் பெறமுடியும் என்று கருதினார்.

உய்த்துணர்வு, பகுத்தறிவு, அறிவியல்

பகுத்தறிவென்பது சுயசிந்தனைமூலம் மக்களுக்குத் தன்னம்பிக்கையையும் சுயமரியாதையையும் ஊட்டக்கூடியது என்று பெரியார் மீண்டும்மீண்டும் வலியுறுத்தினார். பகுத்தறிவும் அறிவியலும் ஒன்றோடுஒன்று பின்னிப் பிணைந்தது என்பதும் அவர் கூற்று. பகுத்தறிவின்மையின் விளைபாடுகளைப் பற்றி அவர் கீழ்க்காணுமாறு கூறுவார்: "இன்று மனிதனிடம் தன்னம்பிக்கை இல்லை. தன்னைத் தான் நடத்துவதாக அவன் நினைப்பதில்லை. தனது காரியத்திற்குத் தானேதான் பொறுப்பாளி என்பதில்

நம்பிக்கையில்லை." மேலும், "பகுத்தறிவுக்குக் கடவுளும் கருமமும் நேர்விரோதிகளாகும். ஏனெனில், கடவுளுக்கும் கருமத்துக்கும் அடிமைப்பட்டவனிடம் சொந்தமாக ஒன்றுமே கிடையாது. அவன் மரக்கட்டை, தண்ணீர் அலையில் அலைவதுபோன்றவனே ஆவான்" (ஆனைமுத்து : II, 1117).

மதம்சார்ந்த தொன்மங்கள் (புராணக் கதைகள்), சூத்திரர்களையும் தாழ்த்தப்பட்டவர்களையும் பெண்களையும் இழிவுபடுத்துவதற்குப் புனையப்பட்ட பொய்ம்மைகள், கற்பனைகள் என்ற பெரியார், அவற்றைப் பகுத்தறிவு சார்ந்த விமர்சனத்துக்கு உட்படுத்தினார். 1924இல் வைக்கம் கோவிலில் உள்ள சிலையை, 'துணி வெளுக்க உதவும் சாதாரணக் கல்' என்று விவரித்தார். இவ்வகை விமர்சனம் வாழ்நாள்முழுவதும் தொடர்ந்தது. 'பகுத்தறிவு பிரச்சாரம் மட்டுமில்லாதிருந்தால் மைல்கல் எல்லாம் கடவுளாகியிருக்கும்' என்றும், 'தன் வீட்டில் உள்ள உரலுக்கும் மஞ்சள் குங்குமம்இட்டு அதையும் ஒரு கடவுளாக்கி ஒரு இந்து கும்பிட்டிருப்பான்' என்றும் வெளிப்படப் பேசினார் (ஆனைமுத்து 1974 I xxix). சுயமரியாதையும் பகுத்தறிவும் இணைந்துசெல்ல வேண்டும் என்பது அவரது விருப்பம். பிள்ளையார் சிலையை உடைத்தபிறகும் ராமர் படத்தை எரித்த பிறகும்கூட, தமது கூட்டத்துக்கு மக்கள் ஆதரவு தரக் காரணம் அவர்களிடம் சுயமரியாதையும் அறிவும் துளிர்விடத் தொடங்கி இருப்பதே என்றார் (மேற்படி xxviii).

தேச உருவாக்கத்தின் மையக் கூறான மொழிபற்றிய அவரது கருத்தும் இந்தப் பகுத்தறிவு வயப்பட்ட விமர்சனத் துக்கு உட்பட்டதே. மொழி என்பது பகுத்தறிவுக் கருத்துகளுக்கு ஏற்றதாக, சமதர்மம், சுதந்திரம் ஆகியவற்றை வளர்ப்பதாக அமைய வேண்டும். துளசி இராமாயணம் போன்ற பகுத்தறிவுக்குப் புறம்பான நூல்களைப் படிக்கவே இந்தி உதவும் என்ற வாதத்தை முன்வைத்து அவர் இந்தியைத் தாக்கினார். 'சொர்க்கத்திற்குப் போக இந்தி உதவலாம். ஆனால் அதற்குள் சொர்க்கம் போய்விடும்' என்றார். இந்தியோடு ஒப்பிடுகையில் தமிழ் சிறந்தது என்றார். எனினும், அதிலும் குறைபாடு உண்டென்பதைச் சுட்டிக்காட்டத் தவறவில்லை. பகுத்தறிவுத் தளத்திலிருந்து தமிழையும் மதத்தையும் பிரிக்க வேண்டும் என்பது அவரது கருத்தாக இருந்தது (ஆனைமுத்து 74 II 976). இந்தி எதிர்ப்புப் போராட்டத்தின்போதுகூட (1939) தமிழை அவர் விமர்சனத்திலிருந்து விட்டுவைக்கவில்லை.

"தாய்ப் பாஷை என்பதற்காகவோ நாட்டுப் பாஷை என்பதற்காகவோ எனக்குத் தமிழ்ப் பாஷையிடம் எவ்விதப் பற்றும் இல்லை. அல்லது, தமிழ் தனிப் பாஷை என்பதற்காகவோ மிகப் பழைய பாஷை என்பதற்

காகவோ அகஸ்தியரால் உண்டாக்கப்பட்ட பாஷை என்பதற்காகவோ எனக்கு அதில் பற்று இல்லை. வஸ்துவுக்காக என்று எனக்கு ஒன்றினிடத்திலும் பற்று கிடையாது. அது மூடப்பற்று, மூடபக்தியே ஆகும். குணத்திற்காகவும் அக்குணத்தினால் ஏற்படும் நற்பயனுக்காகவும்தான் நான் எதனிடத்திலும் பற்று வைக்கக்கூடும். எனது பாஷை, எனது தேசம், எனது மதம் என்பதற்காகவோ எனது பழைமையானது என்பதற் காகவோ ஒன்றையும் நான் பாராட்டுவதில்லை.

எனது நாடு எனது இலட்சியத்திற்கு உதவாது என்று கருதினால், உதவும்படி செய்ய முடியாது என்று கருதினால் உடனே விட்டுவிட்டுப் போய்விடுவேன். அதுபோலவே, எனது பாஷை என்பதானது எனது லட்சியத்திற்கு, எனது மக்கள் முற்போக்கடைவதற்கு, மானத்துடன் வாழ்வதற்கு பயனளிக்காது என்று கருதினால் உடனே அதை விட்டுவிட்டு, பயனளிக்கக்கூடியதைப் பின்பற்றுவேன்."

மானுட விடுதலை அடிப்படையிலான தேசிய உருவாக்கம் முடிவற்றதொரு தொடர் போராட்டமே என்பதுபோல் பகுத்தறிவுவாதமும் முடிவற்ற மாற்றங்களைக் காலந்தோறும் எதிர்கொள்ளும் என்பதை அவர் மனம் கொண்டிருந்தார். "பகுத்தறிவு என்று சொல்வது மாறிமாறி வருவதாகும். இன்று நாம் எவை எவைகளை அறிவுக்குப் பொருத்தமானவை என்று எண்ணுகிறோமோ அவை நாளைக்கு மூடப்பழக்க வழக்கங்களெனத் தள்ளப்படலாம் . . . அதுபோலத்தான், நமது பின்னோர்கள் என்னைக் குறித்துக்கூட ஒருகாலத்தில், 'ராமசாமி என்ற மூடக்கொள்கைக்காரன் இருந்தான்' என்று கூறலாம். அது இயற்கை; மாற்றத்தின் அறிகுறி: காலத்தின் சின்னம்" (ஆனைமுத்து 74 II 1120). எனவே, அவரைப் பொருத்தவரை பகுத்தறிவும் சுயமரியாதையும் ஒரு நிலைத்த இலக்கை, ஒரு நிலைத்த கருத்தைக் கொண்டதன்று. காலந்தோறும் அவற்றின் விடுதலைசார்ந்த இலக்குகள் மாறும்; அவ்விலக்குகளை அடைவதற்கான பகுத்தறிவும் மாறும். அவை ஒரு தொடர்தேடலே.

தேசியம் என்பது ஒரு தேடலே அன்றி ஒரு முடிவான உருவாக்கம் அல்ல எனும் இக்கருத்தின் அடிப்படையில்தான் பெரியார் தான்தேடிய தேசத்திற்குப் புவியியல் எல்லைகளைத் தெளிவாக வகுப்பதுபற்றி அதிக அக்கறை காட்டவில்லை. தாம் கருதியுள்ள தேசத்தில் இந்தியாவிலுள்ள சூத்திரர் எல்லாருக்கும் இடமுண்டு என்று தெரிவித்தார். ஆரியர்களால் அவமதிக்கப்படுகிற அவர்கள் தமிழ்ப் பேசும் மக்கள் மட்டுமல்ல. வங்காளம், பீகார், பம்பாய், மகாராஷ்டிரம் முதலிய இடங்களில் உள்ள வேறுவேறு மொழிகளைப்

பேசும் சூத்திரன் எனப்படும் மக்களும் அவ்வகையினரே. இவ்வாறு இழிவுபடுத்தப்படும் அவர்கள் தங்களைத் திராவிடர்கள் என்று அழைத்துக்கொள்கிறார்கள். உண்மையில் அவர்கள் திராவிடர்களே என்றார் (ஆனைமுத்து 1974 II 683). வருணாஸ்ரமத்தை மறுக்கும் ஜப்பானியரும்கூடப் பெரியாருக்குத் திராவிடர்களே. இவ்வாறாக அவருடைய தேசம் மொழி, கலாச்சாரம் அடிப்படையில் புவியியல் எல்லைகளை வகுக்க மறுத்தது. எல்லைகளைமீறி ஒடுக்கப்பட்டோர் இணைந்து விடுதலை தேடுவதே அதன் கூறு.

சுருங்கச் சொன்னால், பழமையை மறுத்து, எதிர்காலத்தில் தளமிட்டு, ஒடுக்கப்பட்ட மக்களுக்கான, காலந்தோறும் மாறும் உரிமைகளைத் தொய்வின்றி முடிவின்றிக் கேட்டுப் போராடுகின்ற, பகுத்தறிவு அலைகளால் ஏற்படப் போகின்ற மாற்றங்களை அறிவிக்கின்ற, தொடர்ச்சியாக எல்லைகளை மறுக்கின்ற ஒரு தேசமே பெரியாரின் தேசம். அத்தகைய தேசத்தின் வெற்றி என்பது அதன் நிகழ்வில் இருப்பதல்ல. ஆனால், பல்வேறுபட்ட அடித்தட்டு மக்கள் தங்களுக்கு மறுக்கப்பட்டுள்ள சமத்துவத்தைத் தேடி இன்றைய தேச அரசுகளின் தோல்விகளைக் கேள்விக்குள்ளாக்குவதும் எதிர்காலத்தின் சமதர்மமும் சுதந்திரமும் கொண்ட தேசத்தைக் கற்பனைசெய்து பார்க்கிற நிலையுமே அதன் வெற்றி.

தமிழில்: **இராம சுந்தரம்**

காலச்சுவடு இதழ் 27, அக். – டிச. 1999

தமிழ் மேட்டுக்குடியினரும் திரைப்படங்களும்

ஒரு விவாதத்தின் தொடக்கம்

I

1930களில் தமிழில் பேசும்படம் வந்த தருணம், தமிழ் அடிவர்க்க/கீழ்ச்சாதி திரைப் படப் பார்வையாளர்களுக்கு மாபெரும் உற்சாகத்தை ஏற்படுத்திய தருணமாகும். இந்தப் புதிய பொழுதுபோக்குபற்றி அடித்தள மக்கள் உற்சாகமடைந்த அதேவேளையில் உயர்வர்க்க/மேல் சாதி மேட்டுக்குடியினர்[1] பெரும் கவலைக்குள்ளானார்கள். தொடக்கத்தில் இந்தக் கவலைக்கு அடித்தள மக்களின் ரசனைக் குறைவைக் காரணமாக்கி, உயர் கலாச்சாரம், கீழ்க் கலாச்சாரம் என்ற போர்வையில் இப்பிரச்சினையைத் தீர்த்துக்கொள்ள மேட்டுக்குடியினர் முற்பட்டபோதும் புதிய சிக்கல்கள் தோன்றின. உயர் கலாச்சாரம், கீழ்க் கலாச்சாரம் எனும் பிரிவைப் பாதுகாக்கும் கலாசார வரம்புகளையெல்லாம் ஆட்டி அசைத்து, மாற்றியமைக்கும் வலிமை திரைப்பட சாதனத்தில் இருப்பதை அவர்கள் உணர்ந்தனர்.

ஏற்கெனவே நிலவிய கலாச்சார வரம்பு களைத் தகர்க்கவும் தனிமைப்படுத்தப்பட்டுக் காப்பாற்றப்பட்ட மேட்டுக்குடி/சாமானிய கலாச்சார வழக்குகளை மாற்றியமைக்கவும் சினிமாவுக்கு இருந்த ஆற்றலுக்குக் காரணம் – அது இதுவரை அறிந்திராத, எதிர்பாராத விதங்களில் மேட்டுக்குடியையும் சாமானியரையும் ஒன்றாகச் சேர்த்ததுதான்.

சினிமாவின் பெருவாரியான புரவலர்கள் கீழ் வகுப்பினரான போதிலும் மேட்டுக்குடியினர் பலரையும் சினிமாவின் காட்சி இன்பம் ஈர்க்கத் தவறவில்லை. உயர் கலாச்சாரம், கீழ்க் கலாச்சாரம் ஆகிய இருவேறு உலகங்களிலிருந்தும் தனக்குத் தேவையானவற்றை எடுத்துக்கொண்டு எதிர்பார்க்க முடியாத விதங்களில் அவற்றை இணைக்கும் 'அத்துமீறல்' வழிமுறையைப் பின்பற்றும் சாதனமாக சினிமா இருந்தது இரண்டாவது காரணமாகும். மூன்றாவதாக, சினிமா ஒரு தொழிலாகவும், வர்த்தகமாகவும், முதலீட்டுக்கும் லாபத்துக்குமான துறையாகப் பரிணமித்தபோது மேட்டுக்குடியினர் அதை நோக்கி ஓடினார்கள். கீழ்த்தரமான ரசனையுடையவர்கள் என்று எந்த அடித்தட்டு மக்களைப்பற்றி மேட்டுக்குடி கருதியதோ அதே அடித்தட்டு மக்கள்தான் இப்போது மேட்டுக்குடியினர் சினிமா தொழிலில் லாபநஷ்டங்களை நிர்ணயிப்பவர்களாக இருந்தார்கள். இறுதியாக, ஒரு சினிமாவை உருவாக்கத் தேவைப்பட்ட பல்வேறு ஆற்றல்களில் சில மேட்டுக்குடியினரிடம் உள்ளனவாகவும் (இயக்கம்/ ஒளிப்பதிவு/தொகுப்பு போன்றன) அதேயளவு முக்கியமான வேறு சில ஆற்றல்கள், சில வரலாற்றுக் காரணங்களினால், அடித்தள மக்களிடையே உள்ளனவாகவும் (நடிப்பு போன்றன) அமைந்துபோயிருந்தன.

சுருங்கக் கூறினால், மேட்டுக்குடியினர் சினிமாவில் தங்களை ஈடுபடுத்திக்கொள்ள வேண்டியவர்களாக இருந்தபோதும் உயர் கலாச்சாரம் தங்களுக்கே உரியது என்று நிலைநிறுத்திக் கொள்ளும் தேவையினால், தங்கள் சினிமா ஈடுபாட்டையும் அடித்தள மக்களின் ஈடுபாட்டி லிருந்து மாறுபட்டது என்று காட்டிக்கொள்ள வேண்டியவர் களானார்கள். உயர் கலாச்சாரம், கீழ்க் கலாச்சாரம் என்ற வகைப்பாட்டை சினிமாவுக்குள்ளும் நிலைநிறுத்தி, இந்தச் சவாலைச் சமாளிக்க எப்படி யதார்த்தவாதம், மேம்படுத்தும் கருத்தியல் போன்ற கருத்தாக்கங்களை மேட்டுக்குடி கையாண்டது என்பது பற்றியதே இந்தக் கட்டுரை.

II

உயர் கலாச்சாரம், கீழ்க் கலாச்சாரம் என்று சொல்லிக் கொள்ளப்படுபவை இருபதாம் நூற்றாண்டின் தொடக்க காலத்தில் தமிழ்ச் சமூகத்தில் துல்லியமாக எல்லை பிரிந்து காணப்பட்டன. உயர் கலாச்சார அணியில் பரத நாட்டியமும் கர்நாடக இசையும் ஏறத்தாழ பார்ப்பனர்களின் ஏகபோகமாகவும் மிகச் சிறு அளவிலேயே பார்ப்பனரல்லாத மேல்சாதியினர் பங்கேற்பதாகவும் இருந்தன. துல்லியமாக வரையறுக்கப்பட்ட கடுமையான விதிகளின் அடிப்படையில் பல்லாண்டுகாலப் பயிற்சி தேவைப்பட்ட இத்துறைகள்

சாதி ஒதுக்கீட்டுடன் உயர்சாதி மேட்டுக்குடியினருக்கே உரியவையாக விளங்கின.

1928இல் சென்னை மியுசிக் அகாதமி உருவாக்கப்பட்டதும் பரதநாட்டியமும் கர்நாடக இசையும் உயர் கலாச்சார அளவுகோல்களாக நிறுவனமயமாக்கப்பட்டு நிலை நிறுத்தப்பட்டன. முதல் தமிழ் பேசும்படமான காளிதாஸ் 1931இல்தான் வெளியாயிற்று என்பது இங்கு கவனிக்கப்பட வேண்டும். மியுசிக் அகாதெமியை உருவாக்கவும் அதற்கான நிதி வழங்கவும் முடிவு செய்யப்பட்டதே 1927இல் சென்னையில் நடந்த இந்திய தேசிய காங்கிரஸ் கட்சியின் 42ஆம் ஆண்டு மாநாட்டில்தான் என்பதும் குறிப்பிடத்தக்கது. ஆண்டுதோறும் இசை, நாட்டிய விழாக்களைக் கோலாகலமாக நடத்துவதோடு நின்றுவிடாமல், அவற்றின் தரம், தூய்மை என்று கூறப் படுபவற்றைக் கண்காணித்துக் காப்பாற்றும் காவல் நாயாகவும் மியுசிக் அகாதெமி விளங்கியது. எடுத்துக்காட்டாக, 1941இல் நடைபெற்ற அகாதெமியின் வருடாந்திர மாநாட்டில் கர்நாடக இசைநிகழ்ச்சிகளில் தெலுங்கு, சமஸ்கிருதப் பாடல்களுக்குப் பதிலாக அதிகமாகத் தமிழ்ப் பாடல்கள் இனி இடம்பெற வேண்டுமெனக் கருத்து தெரிவிக்கப்பட்டது. இந்தக் கோரிக்கைக்கு அகாதெமியின் பதிலாக அமைந்த தீர்மானத்தில் "கர்நாடக இசையின் உயர்ந்த தரத்தைப் பராமரித்துக் காப்பாற்றுவதே எல்லா இசைக் கலைஞர்களின், ரசிகர்களின் நோக்கமாக இருக்க வேண்டும்; தரத்தைக் குறைப்பதாகவோ பாதிப்பதாகவோ அமையும் விதத்தில் மொழி அடிப்படைகளைக் கருத்தில்கொள்ளக் கூடாது" என்று கூறப்பட்டது (ஆரூரன், 1980:260).[2]

பரதநாட்டியத்துக்கும் கர்நாடக இசைக்கும் வேறுபட்டதாக, மறுபுறம் தமிழ் அடித்தளமக்கள் ஆதரிக்கும் கீழ்க் கலாச்சாரம் என்று கருதப்பட்டவையாகக் கம்பெனி நாடகமும் நாட்டார் கலையான தெருக்கூத்தும் இருந்தன. கிராமங்களில் மட்டுமே நிகழ்த்தப்பட்ட தெருக்கூத்து அறுவடை முடிந்தபிறகு கோடைக்காலத்திலும் பார்ப்பன ரல்லாதோரின் இந்துக் கோவில் திருவிழாக்களிலும் விடிய விடிய நடத்தப்பட்டு வந்தது. கீழ்த்தரக் கலாச்சார ரசனையின் அளவு மட்டமாகத் தெருக்கூத்து தமிழ் மேட்டுக்குடியால் கருதப்பட்டு, அருவருக்கப்பட்டது. தன் குழந்தைப் பருவம் பற்றி எழுதுகையில், ஜெயகாந்தன் குறிப்பிடுகிறார்: "முகத்தில் சாயம்போட்டு மகாபாரதக் கதைகளைச் சொல்லித் திரிகிற அந்த ரசமான வேஷக்காரர்களைக் கீழ்மக்கள் என்றே எனது **உயர்ந்த ஜாதி** எனக்கு அடையாளம் காட்டிற்று" (ஜெயகாந்தன் 1980 : 9 : அழுத்தம் என்னுடையது)

பெரும்பாலும் நகரங்களில் நடத்தப்பட்டபோதும் கம்பெனி நாடகங்கள் கிராமங்களிலும் புறநகர்ப்பகுதிகளிலும் அரங்கேற்றப்பட்டன. கம்பெனி நாடகத்தின் தன்மையை தியடோர் பாஸ்கரன் *(1991:755)* பின்வருமாறு படம் பிடித்துக் காட்டுகிறார்:

> இந்த கம்பெனிகளிடம் இருந்த நாடகப் பட்டியலில் இசை நாடகவடிவில் எழுதப்பட்ட ஒரு சில புராணக்கதைகள் மட்டுமே இருந்தன. தொடர்ச்சியான பாடல்கள் வழியாக இவற்றின் கதைகள் ஒழுங்குபடுத்தப்பட்டிருந்தன. இந்த கம்பெனிகளில் 'வாத்தியார்' என்று அழைக்கப்பட்ட நாடகாசிரியர், தானே பாடல்கள் எழுதி, இசையமைத்து, நாடகங்களை இயக்கிவந்தார். கோமாளி உட்பட எல்லா நடிகர்களுமே பாடகர்களாக இருந்தாக வேண்டும். ஆர்மோனியம், தபலாவுடன் கூடிய நேரடி இசைக்குழுவும் இருந்தது. நாடகத் தன்மையை விடப் பாடலுக்கே முக்கியத்துவம் தரப்பட்டது. ஒரு பாடலைப் பாடிமுடித்துவிட்டு இறப்பதாக ஒரு பாத்திரம் இருந்தால், இறந்தபிறகும் ரசிகர்களின் 'ஒன்ஸ்மோர்' வேண்டுகோளுக்கிணங்க, மறுபடியும் எழுந்து பாட ஆரம்பிப்பதற்குத் தயங்குவதே இல்லை.

> அடித்தள மக்களின் ரசனைக்குறைவான பொழுது போக்காக கம்பெனி நாடகங்களையும் தமிழ் மேட்டுக்குடி கருதியதென்பதே நாம் இங்கு கவனிக்கத்தக்கது. சென்னை நகரத்தின் படித்த, உயர்சாதி மேட்டுக்குடியினரான ராவ்பகதூர் ப. சம்பந்த முதலியார் தம் குழந்தைப் பருவம்பற்றிய நினைவுகளில் குறிப்பிடுவது மனதில் கொள்ளத்தக்கது.

> நான் பிறந்துவளர்ந்து வீட்டிற்கு மிகவும் அருகாமையில் பல வருடங்களுக்கு முன் ஒரு கூத்துக் கொட்டகை இருந்தபோதிலும் சென்னைப் பட்டணத்தில் அடிக்கடி பல இடங்களிலும் தமிழ் நாடகங்கள் போடப்பட்ட போதிலும் அதுவரையில் ஒரு தமிழ் நாடகத்தையாவது நான் ஐந்து நிமிஷம் பார்த்தவனன்று. நான் தமிழ் நாடகங்களைப் பாராமலிருந்தது மாத்திரமன்று; அவைகளின் மீது அதிக வெறுப்புடையவனாயுமிருந்தேன். அதற்குக் காரணம், நாம் இப்பொழுது யோசித்துப் பார்க்குமிடத்து, நான் பால்யத்தில் பீபில்ஸ் பார்க்கில் வருடந்தோறும் நடந்துவந்த வேடிக்கையிலும் இன்னும் இதர இடங்களிலும் அகஸ்மாத்தாய் நான் கண்ட கூத்தாடிகளின் நடையுடை பாவனைகள் என் மனதிற்கு உண்டாக்கிய ஜுகுப்சையே என்று நினைக்கிறேன் *(சம்பந்த முதலியார், 1931:1).*[3]

மேலும் தமிழ் மேட்டுக்குடியினர் புகழ்பெற்ற மேடைக் கலைஞர்களை இழிவானதொனியில் 'கூத்தாடிகள்' என்றே அழைத்தனர்; அவர்களுக்கு வீடுகளை வாடகைக்குத் தர மறுத்தனர்; இளம் பெண்களை மயக்கிக் கடத்திக் கொண்டு போய்விடக்கூடியவர்கள் என்றும் அஞ்சினர் (அவ்வை சண்முகம் 1983 : 33). இருபதாம் நூற்றாண்டுத் தமிழ் நாடக அரங்கின் வித்தகர்களில் ஒருவரான அவ்வை சண்முகம் மேலும் குறிப்பிடுகிறார்: "பெற்றோர்கள் தங்கள் பிள்ளைகளை நாடகம் பார்க்க அனுமதிக்கமாட்டார்கள். நாடகம் பார்த்த இளைஞர்கள் அது நாலு பேருக்கு நடுவில் சொல்லிக்கொள்ள வெட்கப்படுவார்கள். நாடகக் கொட்டகைக்கு எதிரிலேயே ஒரு கள்ளுக்கடையும் இருக்கும்." (மேலது)

மேட்டுக்குடியினர் இந்தக் கலைஞர்கள்மீது காட்டிய வெறுப்பிற்குச் சிறந்த எடுத்துக்காட்டாக அமைவது, இந்திய தேசிய காங்கிரசின் தமிழ்நாடு பிரிவு இக் கலைஞர்களை நடத்திய விதமேயாகும். 1947க்கு முந்தைய காலகட்டத்தில் தேசியக் கொள்கையைப் பரப்புவதற்கு நாடகங்களையும் பாடல்களையும் பயன்படுத்திய நிறைய நாடக மேடைக் கலைஞர்கள் இருந்தார்கள். ஆனால் இவர்கள் பங்களிப்பைப் பெரும்பாலும் காங்கிரஸ் தலைமை அங்கீகரித்ததே இல்லை. தமிழகத்தில் சாதாரண மக்களிடையே தேசிய உணர்வைத் தூண்டும் விதத்தில் எழுச்சியோடு இயங்கிய கவிஞர், நாடகக்காரர் மதுரகவி பாஸ்கரதாஸ் எழுதிய பாடல்களை மேடையில் பாடிய கலைஞர்களில் ஒருவரான ஆர். சாரங்கபாணி மிகுந்த துயரத்தோடு குறிப்பிட்டிருக்கிறார்: "1947ம் ஆண்டு ஆகஸ்ட் 15ஆம் நாள் காந்திய முறையில் இந்தியா சுதந்திரமடைந்த அந்தப் பொன்னான புனித நாளில் நமது கவிஞர் பாஸ்கரதாஸ் அவர்களைப் பற்றி யாருமே எழுதவில்லை. அடியேன் மட்டும் கவிஞரைப் பற்றி ஒரு கட்டுரை எழுதியதுண்டு" (அறந்தை நாராயணன் 1989:9).[4]

இப்படி ஏற்கெனவே உயர் கலாச்சாரம், கீழ்க் கலாச்சாரம் என்று பிரித்துவைக்கப்பட்டு, பராமரிக்கப்பட்டுவந்த சூழலில், ஊமைப்படக்கால சினிமாவைத் தமிழ் மேட்டுக்குடியினர் கீழ்க் கலாச்சாரம் என்றே கருதினர். இதற்குக் காரணம் கீழ்(த்தரமான) கலாச்சாரமென்று அருவருக்கப்பட்ட கலாச்சாரத் தளத்திலிருந்தே மௌனப் படங்களின் நடிகர்கள் வந்தார்கள் (அதாவது கம்பெனி நாடகம், சர்க்கஸ், மல்யுத்தம் போன்றவற்றிலிருந்து). பாஸ்கரன் இந்த நிலைமையைத் தெளிவாகக் குறிப்பிடுகிறார் (1981: 88 – 9):

பிரபலமாக இருந்த மேடை நாடகத்துக்கும் அதில் ஈடுபட்டோருக்கும் காட்டப்பட்ட சமூக இழிவு, சினிமா

உலகிற்கும் நீட்டிக்கப்பட்டது. திரைப்பட விசாரணைக் குழுவின் முன்பு கருத்து கூறிய சாட்சிகள் எல்லாருமே தாங்கள் சினிமா பார்ப்பதை வெறுப்பதாகவோ படமே பார்த்ததில்லை என்றோ சொன்னார்கள். கீழ் ஜாதிகள் மட்டுமே சினிமா கொட்டகைகளை மொய்ப்பதாக அவர்கள் சொன்னார்கள். சினிமா சமூகத்துக்குக் கெடுதலானது என்றார்கள். இந்தவகைப் பதில்களுக்குச் சிறந்த எடுத்துக்காட்டாக அமைந்தது சென்னை மாநகராட்சியின் தலைவர் ஜி. நாராயணசாமி செட்டி விசாரணைக் குழுவிடம் கூறியதாகும்: "சினிமாவைத் தேடி ஓடுவது **கலாச்சாரமில்லாதவர்கள்**தான். சினிமா ரசிகர்களில் 75 சதவிகிதம்பேர் கீழ் வகுப்பினர்தான்." சென்னைத் திரைப்படத் தணிக்கைக் குழுவின் இந்திய உறுப்பினர்களும் இந்தக் கருத்தையே ஏற்றுக்கொண்டார்கள். *(அழுத்தம் என்னுடையது.)*

III

உயர்கலாச்சாரத்துக்கும் கீழ்க் கலாச்சாரத்துக்குமிடையே பெரும் அகழிபோல இடைவெளி நிலவிய இச்சூழலில்தான் 1930களில் தமிழ் பேசும் படம் அறிமுகமாயிற்று. உடனடியாக அவை அடித்தள மக்களிடையே பிரபலமாயின. முந்தைய ஊமைப்படங்களின் புரவலர்களாக இருந்தவர்களும் அவர்கள் தானே. பொழுதுபோக்கிற்கான இந்தப் புதிய சாதனத்தைப் பற்றி அடித்தள மக்கள் கொண்ட உற்சாகத்தை அன்றைய கொட்டகைச் சூழ்நிலை பற்றி எழுதப்பட்ட கீழ்காணும் குறிப்பு படம் பிடித்துக் காட்டுகிறது:

நாம் சென்னையில் சினிமா பார்க்கப் போகலாமென்றால் முக்கியமாய் டிக்கட் வாங்குவதுதான் பெரிய கஷ்டமாய் இருக்கிறது. டிக்கட் வாங்குமிடத்திலோ பெரிய ஜனக் கூட்டம். இந்தச் சமயத்தில் டிக்கட் கொடுக்க ஆரம்பிக்கின்றார்கள். அப்போது ஜனங்கள் ஒருவர் மேல் ஒருவர் விழுந்ததும் கீழே இருப்பவர்களின் தலைகளின்மேல் ஏறியும் சிலர் வாங்குகிறார்கள். இதன் நடுவில் சில போலீஸ்காரர்கள் தோன்றி அவர்களை அடித்தும் துன்புறுத்துகிறார்கள். அதுவும் தவிர டிக்கட் வாங்க முடியாமல் இந்த வேடிக்கைகளையெல்லாம் பார்த்துக்கொண்டு நிற்கும் ஜனங்களிடம் சில பேர்வழிகள் சென்று 'நான் டிக்கட் வாங்கிக்கொடுக்கிறேன். டிக்கட் ஒன்றுக்குக் காலணா கொடுங்கள்' என்று கேட்கிறார்கள். ஜனங்கள் படம் பார்க்க வேண்டுமென்ற விருப்பத்தினால் பணத்தை அவர்களிடத்தில் கொடுக்கிறார்கள். அவர்கள் பணத்தை வாங்கிக்கொண்டு ஜனக் கும்பலில்

நுழைகின்றார்கள். அவ்வளவுதான். அதற்கப்புறம் அவர்களைக் காண முடிவதில்லை. பெரும்பாலும் சினிமா பார்க்கப்போகின்றவர்கள் ஏழைகள்தான்.[5]

ஆரம்ப காலப் பேசும்படத்தில் நடிகராக, கதாசிரியராக பணியாற்றிய ராவ் பகதூர் ப. சம்பந்தம், பேசும் படம் ஆரம்பத்திலேயே எந்த அளவு பிரபலமாக இருந்தது என்பதை நிரூபிக்கும்விதமாகக் கூறியிருப்பதாவது:

பேசும் படங்கள் நமது தேசத்தில் தோன்றி சுமார் பத்து வருடங்களாகின்றன... இப்பத்து வருடங்களாக அவை நமது நாடெங்கும் பரவியிருக்கின்றன என்பதற்குச் சந்தேகமில்லை... படக்காட்சிகளைக் காட்டும் சினிமா சாலைகள் தமிழ்நாட்டில் மாத்திரம் ஏறக்குறைய 250 இருக்கின்றன... இன்னும் சில வருடங்களுக்குள் தேசமெங்கும் பரவி, சினிமா இல்லாத சிறிய கிராமமும் கிடையாது என்று சொல்லும்படியாக ஆகிவிடும் என்று ஆட்சேபணையின்றிச் சொல்லிவிடலாம் (சம்பந்த முதலியார் 1938:50).

அடித்தள மக்களிடையே இந்த அளவு சினிமா பிரபலமாக இருந்தது என்ற ஒரு காரணமே அதிலிருந்து மேட்டுக்குடியினர் விலகி நிற்பதற்குப் போதுமானதாயிருந்தது. தவிர, அதிகப்படியான வலுவுள்ள காரணங்களும் இருந்தன.

எடுத்துக்காட்டாக, ஏற்கெனவே மேடையில் வெற்றிபெற்ற கம்பெனி நாடகங்களின் திரைவடிவங்களாகவே தொடக்க காலத் தமிழ்ப் பேசும்படங்கள் இருந்தன.

"நாடக கம்பெனியை முழுதாகச் சம்பளத்துக்கு நியமித்துக்கொண்டு, திரைப்படத்தை ஒரே மூச்சில் எடுத்து முடிப்பதே வழக்கமாயிருந்தது. இவ்வாறு, கர்நாடக சங்கீத வித்வான்களாக இல்லாதபோதும் அந்தச் சங்கீதத்தில் பரிச்சயம் உடையவர்களாக இருந்ததால் மேடை நடிகர்கள் ஜிகினா உலகுக்குப் போய்ச் சேர்ந்தார்கள்" (பாஸ்கரன் 1991: 755). கம்பெனி நாடக மரபைப் பின்பற்றி இந்தப் பேசும்படங்களிலும் ஏராளமான பாடல்கள் இருந்தன; உரையாடலுக்குக் குறைவான முக்கியத்துவமே இருந்தது. முதல் தமிழ் பேசும் படமான காளிதாஸ் (1931) 50 பாடல்கள் கொண்டிருந்தது விதிவிலக்கானதல்ல. 1930களில் தயாரிக்கப்பட்ட பல படங்களில் அதே அளவு பாடல்கள் இருந்தன. பிரபலமான மேடை நாடகங்களைப்போலவே இந்தப் படங்களில் பெரும்பாலானவை இந்துப் புராணங்களிலிருந்து தங்கள் கருப்பொருளை எடுத்துக்கொண்டன. இதேபோல முக்கியமான மற்றொரு அம்சம், ஊமைப்படக் காலம்போலவே இப்போது பேசும்பட யுகத்திலும் நடிகர்கள் நாடக மேடையிலிருந்தே

கொண்டு வரப்பட்டார்கள். இந்த நடிகர்களுக்கு நாடகத்தைத் தாங்கள் தொழிலாகக் கொண்டிருப்பது பற்றி எந்த அவமான உணர்ச்சியும் இருக்கவில்லை. பெரும்பாலும் சினிமா, நாடகம் இரண்டிலுமே நடித்துக்கொண்டிருந்தார்கள். தமிழ்த் திரையிலும் மேடையிலும் உயர்வான இடத்தைப் பெற்றிருந்த கலைவாணர் என்.எஸ். கிருஷ்ணன் 1944ஆம் ஆண்டில்கூட ஒரு பொதுமேடையில் கூறினார்: "நாடகமும் சினிமாவும் ஒரு தாய் வயிற்றுப்பிள்ளைகள்தான்... ஒன்று உண்மை உருவம். இன்னொன்று நிழல்" (அறந்தை நாராயணன் 1994:67).

ஏற்கெனவே தமிழ் கீழ்க் கலாச்சாரத்தைச் சேர்ந்ததாக வகைப்படுத்தப்பட்டிருந்த கம்பெனி நாடகத்துக்கும் ஆரம்ப காலப் பேசும்படத்துக்கும் இருந்த இந்த ஒற்றுமையே தமிழ் மேட்டுக்குடிக்குப் புதிய சாதனமான சினிமாவை எதிர்கொள்வதற்கான ஆதாரமாயிற்று. அடித்தள மக்களின் கீழான கலாச்சார உலகின் ஒரு பகுதியே சினிமாவும் என்று முதலில் அதைப் பிரகடனப்படுத்தினர்.

தமிழ்நாட்டின் இந்த மேட்டுக்குடி கலாச்சார அரசியலைப் பிரதிபலிக்கும்விதமாக, சாஸ்திரீயக் கலைகளைப் பின்பற்றிவந்த வித்வான்களும் சினிமாவை ஒதுக்கினார்கள். "சினிமா கொட்டகைக்குச் செல்வதை எப்படிக் கௌரவமான குடும்பப் பெண்கள் அருவெறுத்தார்களோ அதேபோல் கர்நாடக இசை வித்வான்களும் சினிமாவில் பாட்டுப் பாடுவதென்றால் முகஞ்சுளித்தார்கள்" (ராண்டார் கை 1988). கௌரவமாகக் கருதப்பட்ட எழுத்துலகு, கீழானதாகக் கருதப்பட்ட திரையுலகு இரண்டிலும் வலம்வந்த பி.எஸ். ராமையா, சாஸ்திரியவாதிகள் சினிமாமீது காட்டிய வெறுப்புக்கு அடையாளமாக, அவர்கள் சினிமா பாடல்களைக் கிண்டலடிக்க எப்போதும் 'இது எந்த சங்கீத சாஸ்திரத்தைச் சேர்ந்தது?' என்று பேசுவதைக் குறிப்பிட்டிருக்கிறார் (பி.எஸ். ராமையா 1943: 269).

இதே மேட்டுக்குடி கலாச்சார அரசியல் பார்வைதான் 'கண்ணியமான' மேல்சாதி/வர்க்கக் குடும்பத்துப் பெண்கள் திரைப்படக் கொட்டகைக்குச் செல்வதை அனாசாரமாகக் கருதியது. இதுவே அனாசாரம் என்றால், படங்களில் நடிப்பது என்பது யோசித்துக்கூடப் பார்க்க முடியாத ஒன்று. மாடர்ன் தியேட்டர்ஸ் தயாரிப்புகளில் நடிப்பதற்காக இலங்கையிலிருந்து சென்னை வந்திருந்த நடிகை தவமணி தேவி, 1930களில் விடுத்த ஒரு வேண்டுகோளில் (கௌரவமான) குடும்பப் பெண்கள் தங்கள் தயக்கத்தை விட்டுவிட்டு, படங்களில் நடிக்க வர வேண்டும் என்றார். இதற்குப் பதிலடியாக, ஒரு தமிழ்ப் பத்திரிகை அரைகுறை நீச்சலுடையில் தவமணி தேவியின் படத்தை வெளியிட்டு கீழ்க்கண்டவாறு குறிப்பும் வழங்கியது:

"பதிவிரதை அகல்யையாக நடிக்க இலங்கையிலிருந்து வந்திருக்கும் தவமணி தேவி குடும்ப ஸ்திரீகள் தாராளமாக சினிமாவில் நடிக்கவேண்டும் என்று கூறுகிறார்" (அறந்தை நாராயணன் 1981 : 115).

IV

கீழான கலாச்சாரத்தின் நிச்சயமான அடையாளமே சினிமா என்று மேட்டுக்குடியினர் சிலர் கடைசிவரை உறுதியாக நம்பி வந்தார்கள். சினிமாபயம் கொண்ட இந்தச் சிறுபான்மையினரின் சரியான பிரதிநிதி என்று சொல்லத்தக்கவராக விளங்கியவர் சி. ராஜகோபாலாச்சாரி.[6] தேசியத்தின் பெயரால்கூட சினிமாவை இந்தத் தேசியவாதியால் ஆதரிக்க முடியவில்லை. வெளிநாட்டுப் படங்கள் இந்தியாவுக்கு எதிரானவை என்பதால் அவற்றைத் தடைசெய்ய வேண்டும் என்று 1939இல் இந்தியன் மோஷன் பிக்ஷர் அசோசியேஷன் கோரியபோது அன்றைய சென்னை மாகாணத்தின் பிரதமராக இருந்த ராஜகோபாலாச்சாரி, கசப்போடு பதிலளித்தார்:

> நன்றாக எடுக்கப்பட்ட வெளிநாட்டுப் படங்கள் பணத்தை அள்ளிக்கொண்டு போவதைத் தடுப்பதற்காக, தேசபக்தியின் பெயரால், வியாபாரப் போட்டிக் கம்பெனிகள் இந்தக் கோரிக்கையை வைப்பதாக எனக்குத் தோன்றுகிறது. இந்தியாவிலேயே தயாரிக்கப்பட்ட படங்களில்கூட ஏராளமாக ஆட்சேபத்துக்குரிய விஷயங்களிருப்பதைப் பார்க்கும்போது (வெளிநாட்டுப் படங்கள்) இந்திய விரோதமானவை என்ற வாதம் எடுபடக்கூடியதல்ல.

1947க்குப் பிந்தைய இந்தியாவிலும் அவர் சினிமாவுக்கு எதிராகவே இருந்தார். 1953இல் தென்னிந்தியத் திரைப்பட வர்த்தகசபைக் கூட்டத்தில் பேசும்போது, அவர் தாட்சண்யமின்றி சினிமாவைக் கடுமையாக விமர்சித்தார். மனிதர்களின் கட்டுப்படுத்தமுடியாத பாலுணர்வுக்கே சினிமா தீனி போடுவதாக அவர் கூறினார் (திவாகர், ராமகிருஷ்ணன் 1978: 156–63).

மேட்டுக்குடி அரசியல் வட்டாரங்களைப் போலவே இலக்கிய மேட்டுக்குடி வட்டாரங்களிலும் இத்தகைய சினிமா பயம் வெளிப்பட்டது. மேட்டுக்குடி தேசியவாத எழுத்தாளர்களான மணிக்கொடி குழுவைச் சேர்ந்த எழுத்தாளர் கு.ப. ராஜகோபாலன் 1940களின் தொடக்கத்தில் 'ஸ்டூடியோ கதை' என்ற தலைப்பில் ஒரு கதை எழுதினார். படித்த பெண் ஒருத்தி திரையுலகில் நடிகையாகச் சென்று, அதைச் சுத்தப்படுத்தி, இதர கண்ணியமான பெண்கள்

அதைக்கண்டு மிரளாதவண்ணம் மாற்ற முற்படுவது பற்றிய கதை. ஸ்டூடியோ படப்பிடிப்புத் தளத்தின் ஒருநாள் அனுபவத்திலேயே அவள் தன் இலட்சியத்தைக் கை விட்டுவிடுகிறாள். பட இயக்குநர் அவளைத் தொட்டுப் பேசுவதை விரும்பாமல் அவள் ஸ்டூடியோவை விட்டு வெளியேறுகிறாள். திரையுலகின் ஒழுக்கக் குறைவையும் கௌரவத்துக்குரிய பெண்களின் கற்பையும் எதிரெதிராக நிறுத்திக் கதையை எழுதியுள்ள கு.ப.ரா. கதையில் இயக்குநருக்குக் 'கிருஷ்ணன்' என்றும் தோல்வியுற்ற பெண்ணுக்கு 'சீதா' என்றும் பெயர் வைத்திருக்கிறார் (கு.ப. ராஜகோபாலன் 1986 : 82–87).

எனினும், பேசும்படம் வந்த சில ஆண்டுகளுக்குள்ளாகவே தமிழ் மேட்டுக்குடியினரில் பலரும் சினிமாவுடன் பயம் அடிப்படையிலான உறவை நீண்டகாலம் வைத்திருக்க முடியாது என்று புரிந்துகொண்டனர். சினிமா ஒரு தொழிலாகவும், பொழுதுபோக்குக்கான பிரதான சாதனமாகவும் விரிவடைந்ததும் அது தமிழ் மேட்டுக் குடியினருக்கு இதுவரையில் இருந்திராத பல வாய்ப்புகளை ஏற்படுத்தியது. ஒரு மட்டத்தில், அது பண முதலீட்டுக்கும் லாபம் ஈட்டுவதற்கும் புகழ் பெறுவதற்குமான களமாக இருந்தது. தங்கள் கலாசார உயர்நிலையை நிலைநிறுத்திக் கொள்வதற்காக, எச்சரிக்கையோடு சினிமாவிலிருந்து ஒதுங்கிநின்ற கர்நாடக வித்வான்கள் முதலிய சாஸ்திரியக் கலைஞர்களைக்கூட இந்தப் புதிய வாய்ப்புகள் கவர்ந்தன.

"சினிமா வியாபாரம் பெரும் பணவிவகாரம் என்பது இதுவரையில் அதைச் சாமானியர்களின் கேளிக்கையென்று அலட்சியப்படுத்திய சாஸ்திரீயக் கலைஞர்களின் கவனத்தை ஈர்க்கத் தவறவில்லை . . . 500க்கு மேற்பட்ட சினிமா பாடல்களை இசையமைத்தும் எழுதியும்வந்த பாபநாசம் சிவன் போன்றவர்கள் சினிமாவில் நுழைந்தது இதர சாஸ்திரியக் கலைஞர்களையும் அதை நோக்கி ஈர்த்தது. 1930களின் இறுதியிலும் 1940களிலும் இருந்த புகழ்பெற்ற இசைக்கலைஞர்களான ஜி.என். பாலசுப்பிரமணியன், தண்டபாணி தேசிகர், முசிறி சுப்பிரமணிய அய்யர், வி.வி. சடகோபன் எனப் பலரும் சினிமாவில் பங்கேற்றார்கள்" (பாஸ்கரன் 1991:756).[8]

சினிமா என்பது காட்சி இன்பம் தரக்கூடிய சாதனம் என்பதும் மேட்டுக்குடிக்கும் சாமானியருக்கும் இடையே இருந்த எல்லைவரம்புகளை உடைக்க முக்கியமான காரணமாயிற்று. மேட்டுக்குடியினரில் பலர் சினிமாவில் நுகர்வோராக அதை நோக்கி ஈர்க்கப்பட்டனர். "நம்மில் முக்காலே மூன்று வீசம் பேர்" என்று தான் சார்ந்த மேட்டுக்குடி,

மேட்டுக்குடி பிரமைகொண்ட சமூகத் தளத்தைக் குறித்து, 'கல்கி' ரா. கிருஷ்ணமூர்த்தி பின்வருமாறு எழுதினார்: "ஸினிமாவினால் உலகத்துக்கு நேர்கிற கெடுதல்களைப் பற்றிப் பேசிக்கொண்டுதானிருப்போம். ஆனாலும், ஏதாவது ஒரு நல்லபடம் வருகிறது என்று கேள்விப்பட்டால், பணத்தைக் கொண்டுபோய்த் தொலைத்துக் கண்ணையும் கெடுத்துக்கொண்டு வரத் தயாராயிருக்கிறோம்."

இனியும் சினிமாவை அலட்சியப்படுத்துவது வீண் முயற்சி என்று அவர் கருதினார்:

. . . ஸினிமாவை நாம் ஆதரித்தாலும் சரி, அல்லது வெறுத்தாலும் சரி அதை அலட்சியம் மட்டும் செய்ய முடியாது என்று தெரியவரும். 'பூகம்பத்தை நான் ஆட்சேபிக்கிறேன்' என்று ஒருவன் சொன்னால், அதில் என்ன பிரயோஜனம்? 'மழையை நான் ஒப்புக்கொள்ளவில்லை' என்று கூறுவதில்தான் பயன் என்ன? அதே போலத்தான் ஸினிமாத் தொழிலை நாம் அலட்சியம் செய்துவிடலாம் என்று நினைப்பதுமாகும்" (கர்நாடகம் 1939 : 45, 47).

தமிழில் வரலாற்றுக் கற்பனைக் கதைகள் எழுதியவரான சாண்டில்யன், ராஜகோபாலாச்சாரியின் 'சினிமா பயப்' பேச்சுக்கள் பற்றிக் குறிப்பிடுகையில், "சினிமாவைச் சீர்திருத்தம் செய்யாமல் அதைப் புறக்கணித்துத்தள்ள முயல்வது பிரளயத்தில் சமுத்திரம் பொங்கிவந்தபோது அதைப் பெருக்கித்தள்ள முயன்ற கிழவியின் கதையாகத்தான் முடியும்" என்றார் (சாண்டில்யன், 1987: 30). அதாவது ஒருவர் விரும்பினாலும் விரும்பாவிட்டாலும் சினிமா வந்து நிலைபெற்றுவிட்டது. அதன் தயாரிப்பிலும் நுகர்விலும் மேட்டுக்குடியினரும் பங்கேற்க ஆரம்பித்துவிட்டார்கள்.

சினிமாவின் சவால்களைச் சமாளிக்க, இப்போது தமிழ்க் கலாச்சார மேட்டுக்குடிக்குப் புதிய வழிமுறைகள் தேவைப்பட்டன. தாங்களே அதன் ஒரு பகுதியாக மாறிவிட்டநிலையில் இனியும் சினிமாவை மேலான ரசனை இல்லாதவர்களின் கேளிக்கை என்று முத்திரை குத்த இயலாது. சினிமாவுடன் தங்கள் உறவைப் புதிதாக வரையறுக்கும் முயற்சியாக, நல்ல சினிமாவின் இலக்கணம் யதார்த்தவாதம் என்று மேட்டுக்குடி நிறுவ முற்பட்டது. கம்பெனி நாடகத்துடன் ஒன்றுசேர்ந்து இருந்த சினிமாவின் கீழான அடையாளத்தை மாற்றியமைக்க மேற்கொண்ட முயற்சி இது என்பதைப் போகப்போகக் காண்போம்.

இங்கிலாந்தில் சினிமா ஸ்டுடியோக்களில் பணியாற்றி விட்டுத் திரும்பிய உடனே சி.கே. சாச்சி, தமிழ் சினிமாவில் யதார்த்தவாதம் இல்லையே என்று அங்கலாய்த்தார்.

மேல்நாடுகளில் தற்காலத்தில் உண்மையைக் கண்டு மகிழ்பவர்களே அதிகரித்துவருகிறார்கள். கட்டுக் கதைகள் பிடிப்பதில்லை அவர்களுக்கு! *Good Earth* என்ற கதை சீனர்களின் உண்மை வாழ்க்கையைக் காட்டுகிறது; சீனப் பெண்டிரின் உண்மை அடக்க ஒடுக்கத்தைச் சித்திரிக்கிறது. அதனால்தான் அந்தப் படம் லண்டனில் முதல் தடவை நான்கு மாதங்களும் இரண்டாம் முறையாக இப்போது மூன்று மாதங்களும் ஓடிக்கொண்டிருக்கிறது. இதையறிந்து இப்போது உண்மையான விஷயங்களையே கதையாக எழுதிப் படம்பிடிக்கிறார்கள். ஆனால் நம்முடைய தமிழ்ப்படங்களில் பாருங்கள். தாசி என்றால் நாம் வாழ்க்கையில் கண்ணால் பார்த்திராததோர் அற்புத ஸ்வரூபத்தைப் படத்தில் பார்க்கிறோம். கண்டும் கேட்டுமிராத ஹாட், சூட்டுடன் விளங்கும் இங்கிலீஸ் திருடர்கள் தோன்றுகிறார்கள். இதெல்லாம் சரியா? திருடன் என்றால் வாஸ்தவமான திருடனாக வரவேண்டும்.[9]

சாச்சி தவிர, தேசியவாதியும் சினிமாவின் சார்பாக இருந்தவருமான எஸ். சத்தியமூர்த்தி போன்றோரும் யதார்த்தவாதத்தின் சார்பாக நின்றவர்கள் (அறந்தை நாராயணன் 1981 : 66).

தமிழ் சினிமாவில் யதார்த்தவாதம் இல்லாதது பற்றிய இந்தக் கவலை பிரபலமான மேடை நாடகத்துக்கும் சினிமாவுக்கும் உள்ள பொதுத் தன்மைகள் ஊடாகவே வெளிப்படுத்தப்பட்டது. தினமணி, 1935இல் கீழ்க்கண்டவாறு அங்கலாய்த்துக்கொண்டது: "தமிழ் சினிமா படங்கள் அனேகமாய் தமிழ் நாடகங்ளைப்போல் உயிரற்றதாகவும் நடிப்பில்லாததாகவும் காணப்படுகின்றது."[10] அது மேலும் விரிவாக விளக்கியது: "பேச்சென்பது மிகவும் சொற்பம். அப்படிப் பேசினாலும் கொடுந்தமிழ்ப் பேச்சு. மற்றபடி எல்லாம் பாட்டுகள்தான். மூர்ச்சையாகி கீழே விழப்போகிற கட்டத்திலும் கொல்லப்பட்டு சாகப்போகும் கட்டத்திலும் பாட்டுகள் வந்து நிற்கின்றன . . ."[11] இதுபோலவே, தமிழ் சினிமாவின் குறைகளைப் பட்டியலிடும்போது, சம்பந்த முதலியார், தமிழ் சினிமா படங்கள் 'சங்கீதக் கச்சேரிகள்' போன்று உருவாக்கப்படுவதாகக் கூறியுள்ளார் (சம்பந்த முதலியார் 1938: 50). படங்களில், கதை சொல்லும் முறையின் ஓர் அம்சமாக விளங்கிய பாடல்கள்மீது மேட்டுக்குடிக்கு இருந்த வெறுப்பை விளக்கும் சிறந்த அடையாளமாக 'லவகுசா' படத்துக்குக் 'கல்கி' ரா.கிருஷ்ணமூர்த்தி எழுதிய விமர்சனம் உள்ளது. இந்தப் படத்தை 'டாக்கி' என்றழைப்பதற்குப் பதிலாக 'பாட்டி' என்றழைக்கலாம் என்று அவர், பாட்டு, பாட்டி என்ற தமிழ்ச் சொற்களைக்கொண்டு வார்த்தை விளையாட்டு

நடத்தினார். அவரது கணிப்பில் 'லவகுசா'வில் ஏராளமான பாடல்கள் இருந்ததோடு, அது பாட்டி வேகத்தில் நகர்ந்தது (ராண்டார் கை, 1988). கம்பெனி நாடகங்களுக்கும் ஆரம்பப் பேசும்படங்களுக்கும் பொது அம்சமாக (வசனமின்றி) பாடலே விளங்கியது என்பதை இங்கு நினைவுபடுத்திக்கொள்ள வேண்டும்.

பாடலுக்குப் பதிலாக, தமிழ் மேட்டுக்குடியின் கணிப்பில் மரியாதைக்குரிய இடத்தைப் பெற்றது உரையாடலே. எடுத்துக்காட்டாக, 'மணிக்கொடி' இதழில் வெளியான ஒரு படவிமர்சனம் குறிப்பிடுகிறது: "இரு சகோதரர்கள் படத்துக்கு உயிரளிக்கக் கூடியது இயற்கையான சம்பாஷணைதான். சந்தர்ப்பத்திற்குப் பொருத்தமான, ரசமான சம்பாஷணையை இந்தப் படத்தில் காண்கிறோம்." மேலும் தன் ஆச்சரியத்தை வெளிப்படுத்தி இந்த விமர்சனம் வினவியது: "இது இதுவரையில் தமிழ்ப்பட உலகில் இல்லாத ஒரு அதிசயமில்லையா?" (அறந்தை நாராயணன் 1988: 38.39). சலனப்படத்துறைக்கான லட்சியமும் நோக்கமும் உள்ள இதழ் என்று பிரகடனப்படுத்திக் கொண்ட 'டாக்–ஏ–டோன்' இதழின் நிறுவனர் என். ஸ்ரீனிவாஸ், இதே மனப்பாங்குடன் எழுதியிருக்கிறார்:

> பாத்திரங்களின் ஸ்தானத்திற்குத் தகுந்தாற்போல் சம்பாஷணைகள் எழுதப்பட வேண்டும். பெரிய குடியில் பிறந்து படித்த ஒருவன் பேசும்விதம் வேறு. படிப்பு வாசனையில்லாத ஒரு ஈன ஜாதியான் பேசுவது வேறு. பணக்காரன் வேலையாட்களிடம் பேசும் போக்கு ஒருவிதம். கூலிவேலை செய்பவர்கள் எஜமானைப் போல் பேசுவது கிடையாது. குழந்தைகள் பேசும் விதம் ஒருவிதம். பணக்காரன் "நான் வர்ரேன்" என்று சொல்வதும் வேலையாள் "நான் வருகின்றேன்" என்பதும் மகா மோசம் (ஸ்ரீனிவாஸ், 1942:51).

பாடல்களுக்குப் பதிலாக உரையாடல் இடம்பெற வேண்டும் என்பது மட்டுமின்றி, உரையாடல்கள் யதார்த்தமாக இருக்க வேண்டும் என்றும் வலியுறுத்தப்பட்டது.

இந்த இடத்தில் நாம் கவனிக்க வேண்டியது – இதே அடிப்படையில்தான் தி.மு.க. பாணி படங்களில் இடம்பெற்ற அடுக்குமொழி வசனங்களும் விமர்சிக்கப்பட்டன என்பதாகும். சி.என். அண்ணாதுரை போன்றே இத்தகைய உரையாடல் முறையைத் தமிழ்ப் படங்களில் அறிமுகப்படுத்திய மற்றொருவரான மு. கருணாநிதி 1951இல் குறிப்பிடுகிறார்: "சாதாரணமாக தினந்தோறும் நாம் தெருவில் பார்ப்பவர்கள் அடுக்குமொழியா பேசுகிறார்கள்? அப்படியிருக்க திரையில் இருப்பவர்கள் மட்டும் ஏன் அடுக்குமொழி பேசவேண்டும்? இப்படிப்பட்ட கேள்விகள் இப்போது உரத்தக் குரலில்

கேட்கப்படுகின்றன ..." *(திருநாவுக்கரசு: 1990:95).*[12] வசனங்களில் யதார்த்தம் வரவேண்டும் என்ற விருப்பத்தில்தான் தி.மு.க. வசனகர்த்தாக்களுடன் நெருக்கமாகப் பணியாற்றியவரான முக்தா சீனிவாசன், முந்தைய பாணியை மாற்றிய பெருமைக் குரியவர்களாக டி.வி. சாரி, இளங்கோவன் ஆகியோரைக் குறிப்பிடுகிறார்: "நாடக மேடைகளைப்போல, பலப்பல பாடல்களுக்கு இடையே சிலசில வசனங்கள் என்ற காலத்தை மாற்றி, டி.வி. சாரியும் இளங்கோவனும் நம் படங்களை இலக்கிய நயத்திற்குக் கொண்டுவந்தனர்." இதற்கு மாறாக, கருணாநிதியும் அண்ணாதுரையும் பயன்படுத்திய வசனங்கள் 'பரபரப்பான'வை என்கிறார் (முக்தா சீனிவாசன் 1993:140).

ஏராளமான பாடல்கள் இடம்பெறுவது மட்டுமே ஆரம்பப் பேசும்படத்துக்கும் கம்பெனி நாடகத்துக்குமுள்ள ஒற்றுமையல்ல. பாடல்கள் தவிர, இரு சாதனங்களுமே தமக்குத் தேவைப்பட்ட கதைகளைப் புராணங்களிலிருந்து எடுத்துக்கொண்டன. இதையும் தமிழ் மேட்டுக்குடியின் விமர்சனம் குறிவைத்துத் தாக்கியது. சினிமா பார்ப்பவர்களில் 'பாட்டுக் கிறுக்கு பிடித்தவர்களும் பக்தி ஆதரவாளர்களும் ஒரே மாதிரியான கீழ்மட்ட ரசனையுள்ளவர்கள்' என்று[13] 'தினமணி' சமப்படுத்தி எழுதியதென்றால், சம்பந்த முதலியார் 'பழங்கதைகளை' நம்பியிருப்பது தமிழ் சினிமாவின் குறை என்று குறிப்பிட்டார். அவர்கள் விரும்பிய மாற்று என்பது, யதார்த்த பாணியில் எடுக்கப்பட்ட சமகாலக் கதைகள் என்று சொல்லிக்கொள்ளக் கூடியவையாகும்.

இவ்வுணர்வைப் பிரதிபலிக்கும்வகையில் பேசும்படம் (ஏப்ரல் 1985) இதழில் 'மான சம்ரட்சணம்' படத்துக்கு வெளியான விமர்சனம் இவ்வாறு குறிப்பிடுகிறது: "சென்ற நான்கைந்து வருஷங்களாகப் புராணப் படங்களையே பார்த்துச் சலித்துப்போயிருந்த ரசிகர்களுக்கு 'மான சம்ரட்சணம்' தமிழ்ப்படம் ஒரு பெரும் ஆறுதலை அளிக்கிறது. இந்தப் படத்தில் கடவுள்களுக்குப் பதில் மனிதர்களே தோன்றுகிறார்கள் என்று மட்டுமல்ல; தற்காலம் நாம் தினசரி வாழ்க்கையில் காணும் விஷயங்களும் நிறைய இடம்பெற்றிருப்பதால் மனதிற்கு மிகுந்த உற்சாகம் ஏற்படுகிறது..." (அறந்தை நாராயணன், 1988 : 2754).

இன்னொரு விதமாகச் சொல்வதானால் கம்பெனி நாடகம், தெருக்கூத்து முதலிய அடித்தள மக்களின் 'கீழ்த்தரமான' கலாச்சார வெளிப்பாடுகளோடு சினிமா வுக்குள்ள தொடர்பைத் துண்டிப்பதற்குப் பயன்படக்கூடிய யதார்த்தவாதத்தை நோக்கி சினிமாவைச் செலுத்துவதே மேட்டுக்குடியின் திரைப்படக் கோட்பாடாக விளங்கியது. எடுத்துக்காட்டாக, தமிழ் சினிமாவில் முதல் மூன்று

கட்டங்களாக, காலவாரியாக முக்தா சீனிவாசன் வகைப்படுத்துவதைப் பார்க்கலாம். 1. புராண இதிகாச, மாயாஜாலக் கதைகளின் காலம் – *puranic,mythological and folklore period* (1931–50) 2. மிகைப்படுத்தப்பட்ட நாடகப் பாணித் தோற்றமுள்ள சமூகக் கதைகளின் காலம் – *Melo – dramatic story period* (1951 – 75) 3. யதார்த்தமான மரபு மீறிய கதைகளின் காலம் – *Partly realistic antisentimental stories period* (1976 – 85) (முக்தா சீனிவாசன், 1993:25 – 26). இந்தக் கால வரையறைக்குள், முதல்கட்ட சினிமாவை அவர் "இவை யதார்த்த வாழ்க்கைக்குத் துளிகூடச் சம்மந்தமில்லாமல் இருந்தன" (மேற்படி நூல் : 33) என்று வர்ணிக்கிறார். இரண்டாவது கட்டமான மிகைப்படுத்தப்பட்ட சமூகக் கதைகளில் காலமும் பெருமைப்பட ஏதுமற்ற காலமாகவே குறிப்பிடப்படுகிறது: "யதார்த்த வாழ்க்கைக்குத் துளிகூட சம்மந்தமில்லாத, அதீத தியாகங்கள் இவர்களின் படங்களில் காணப்பட்டது. குடும்ப வாழ்க்கையின் நிகழ்ச்சிகள், மிகைப்படுத்தப்பட்டநிலையில் ஜோடிக்கப்பட்டன. *Coincidence* என்று சொல்லப்படும் 'காக்காய் உட்கார பனம்பழம் விழும்' நிகழ்ச்சிகள் அதிகம் காணப்பட்டன. கதாபாத்திரங்கள் அனைவரும் ஒன்று ராமனாக இருப்பான். அல்லது கம்சனாகக் காட்சியளிப்பான் ..." (மேலது :38).

மூன்றாவது காலகட்டம் (1976 – 85) பலவிதங்களில் குறையோடிருந்தாலும் இதுவே தமிழ்த் திரைப்பட வரலாற்றின் சிறந்த காலமாக அவரால் கணிக்கப்பட்டது. கால வரிசைப்படி அவர் சினிமாவின் தன்மையைப் பிரித்திருந்தபோதிலும் இந்த வகைப்படுத்தல் தனிப்படங்ளையும் இயக்குநர்களையும் எந்த அளவு யதார்த்தத்தோடு நெருக்கமாகவோ எதிராகவோ இருந்தனர் என்பதையும் மதிப்பிடுவதற்கான அளவுகோலாகக் கொண்டிருக்கிறது. யதார்த்தவாதத்திற்கு முதன்மை அளித்த இந்தத் திரைப்படக் கோட்பாடு, தமிழ் மேட்டுக்குடியினருக்குத் திரையுலகத்துக்குள் தங்களுக்கான இடத்தை வரையறுத்துக் கொள்ளவும் அதே நேரத்தில் தங்களுடைய அழகியல் உணர்வின் உயர்வை உறுதிசெய்யவும் உதவியது.

திரைப்படச் சாதனத்தின்மீதான தங்கள் ஆளுமையை மேலும் வலுப்படுத்திக்கொள்ள, தமிழ் மேட்டுக்குடியினர், இரண்டாவது முயற்சியாக, 'சமூக மேம்பாடு' என்ற கருத்தை முன்வைத்தனர். நல்ல சினிமா என்பது யதார்த்தமாக இருந்தால் மட்டும் போதாது; அதற்கு ஒரு சமுதாய நோக்கமும் இருக்க வேண்டும். சினிமாவிலிருந்து ஒதுங்கி நிற்பவர்களை விமர்சித்து 1939இல் 'கல்கி' கிருஷ்ணமூர்த்தி பின்வருமாறு எழுதினார்: "உண்மையில், சமூக முன்னேற்றத்தில் ஒருவனுக்கு எவ்வளவு அக்கறை இருக்கிறதோ அவ்வளவுக்கு அவன் ஸினிமாவில் கவனம் செலுத்தியே ஆக வேண்டும். ஸினிமா இப்போது

கீழானநிலையில் இருந்தால் அதை மேலே தூக்கிவிட முயற்சிக்க வேண்டும்." மேலும் அவர் இவ்வாறு வாதிட்டார்: "நாட்டின் சிறந்த அறிவாளிகள் ஸினிமா விஷயத்தில்... அலட்சிய புத்தி காட்டுவதினால், அதனுடைய தீய அம்சங்கள் கட்டுக்கடங்காமல் பெருகுகின்றன; ஸினிமாவிலுள்ள தீய அம்சங்களைக் கண்டு அறிவாளிகள் அதனிடம் அலட்சிய புத்தி காட்டுகிறார்கள்! ஆகக்கூடி, மக்களின் மனத்தை இயக்கக்கூடிய ஒரு பெரிய சக்தியானது துர்உபயோகப்பட்டுக் கொண்டு இருக்கிறது" *(கர்நாடகம், 1939 : 47, 48).*

கீழ்வகுப்பினருடைய மிகவும் பிரபலமான கேளிக்கை சாதனம் சினிமாதான் என்பதை ஏற்றுக்கொண்டு அதன் காரணமாகவே அந்தத் துறையில் ஈடுபடுவதில் அவமான உணர்ச்சி எதுவும் இல்லாமல் தன்னை ஈடுபடுத்திக்கொண்ட பி.எஸ். ராமையாவுக்குக்கூட மேம்படுத்தும் கோட்பாட்டின்மீது ஏற்பட்ட சபலத்தைத் தவிர்க்க முடியவில்லை. திரைப்படம் தயாரிப்பவர்களுக்கான அற்புதமான நடைமுறை வழிகாட்டியாக அமைந்த அவருடைய சினிமா என்ற நூலில் அவர் குறிப்பிடுகிறார்: "இவ்வளவு முக்கியத்துவம் அடைந்துவிட்ட அந்த சாதனம், கலை (சினிமா) நம் நாட்டில் வேரூன்றிவிட்டது. அதைப் பலப்படுத்தி, ஜனங்களுக்குப் பயன்படும் ஒரு சாதனமாக ஆக்கும் பொறுப்பு ஒவ்வொருவருக்குமிருக்கிறது. தேசத்தின் வருங்காலத்தில் அக்கறையுள்ள படித்தவர்களுக்கும் பத்திரிகைக்காரர்களுக்கும் இந்த விஷயத்தில் பெரிய பொறுப்பு இருக்கிறது" *(பி.எஸ். ராமையா 1943 : 273).*

சமூக மேம்பாட்டுக்கான சாதனமாக சினிமாவை அறிவுஜீவிகள் ஏற்க வேண்டும் என்று 'கல்கி' கிருஷ்ணமூர்த்தி வலியுறுத்தினார் என்றால், ராமையா அது படித்தவர்கள் கையில் வரவேண்டும் என்றார்.

தமிழ் சினிமாவில் சமூக மேம்பாட்டுக் கோட்பாடு செயல்பட்டுவந்த வரலாறு நுட்பமானது; தனியே ஆராயத் தக்கது. *1947க்கு முந்தைய காலகட்டத்தில் அது தேசியவாதத்தால் கட்டமைக்கப்பட்டிருந்தது. பழமைவாத தேசிய நாளேடான தினமணிகூட, சினிமா தேசியத்துக்கு உதவி செய்கிறவரைக்கும் அதைச் சகித்துக்கொள்ளத் தயாராக இருந்தது.*[14]

தேசியம் என்பது மேம்படுத்துதல் என்ற அர்த்தத்தில்தான் கே.சுப்பிரமணியம், எஸ்.சத்தியமூர்த்தி போன்றவர்களால் சினிமா உலகிலும் இருந்துகொண்டு, தமிழ்க் கலாச்சார மேட்டுக்குடியின் முன்பு மாசுபடாத மரியாதைக்குரியவர்களாகவும் விளங்க முடிந்தது.[15] 1947க்குப் பிந்தைய தமிழ் நாட்டில், மேம்படுத்தும் கோட்பாட்டுக்குப் பல்வேறு அவதாரங்கள் வந்துவிட்டன. ஓர்

எடுத்துக்காட்டைச் சொல்ல வேண்டுமானால், உணர்ச்சிக்குத் தீனிபோடும் சினிமாவையும் அறிவுக்குத் தீனிபோடும் சினிமாவையும் எதிரெதிராக நிறுத்தி, பிந்தைய சினிமாவைத் தன் கோட்பாட்டுக்குரியதாக மேட்டுக்குடியினர் வரித்துக் கொண்டனர். இந்த அடிப்படையில்தான் கே. பாலச்சந்தரின் படங்கள் மேட்டுக்குடியினரின் சுய அடையாளத்தின் ஒரு பகுதியாக ஸ்வீகரித்துக் கொள்ளப்பட்டன. முக்தா சீனிவாசன் இதுபற்றி இவ்வாறு குறிப்பிடுகிறார்: "பாலசந்தரின் சேவை மகத்தானது. நம்பமுடியாததும் ஆகாத்தியமாகவும் மிகைப்படுத்தப்பட்ட உணர்ச்சிகளைக் கொண்டதுமாக இருந்த நம் திரைக்கதையை, அறிவுபூர்வமாக ஆக்கியவர் அவர்தான்..., பாலசந்தர் காலத்துக்கு முன்பு சினிமா பார்ப்பவர்கள் பெரும்பாலும் உணர்ச்சிகளின் ரசிகர்களாக மட்டும் இருந்தார்கள். பாலசந்தர்தான் தன் காலத்தில் அவர்களை அறிவுபூர்வமான ஆய்வாளர்களாக மாற்றினார்" *(முக்தா சீனிவாசன் 1993:168).*

V

யதார்த்தவாதமும் மேம்படுத்தும் கோட்பாடும் தமிழ் மேட்டுக்குடிக்கு சினிமா உலகில் இடம்பிடிக்கவும் அதேசமயம் தன் தனித்தன்மையைக் காட்டிக்கொள்ளவும் உதவியபோதும் அவை மேட்டுக்குடியினரின் தனித்துவத்தையும் கலாச்சார மேன்மையையும் நிலைநிறுத்த போதுமானதாக இருக்கவில்லை. முன்பே நாம் இக்கட்டுரையில் சுட்டிக்காட்டிய மாதிரி, திரைப்படம் 'களங்களுக்கிடையிலான அத்துமீறலுக்கான' *(Intertextual excesses)* அதீத சாத்தியம் உள்ள சாதனமாகும். அதாவது உயர் கலாச்சாரம், கீழ்க் கலாச்சாரம் இரண்டின் கூறுகளையும் ஒரே நேரத்தில் எடுத்துக்கொண்டு, அவற்றைக் கையாளும்விதத்தில் இரு கலாச்சாரங்களுக்கிடையிலான எல்லைகளையும் மீறுவதற்கான வாய்ப்புகள் திரைப்படத்தில் ஏராளம். தேசியவிருது பெற்ற நடிகையும் பரதநாட்டிய கலைஞருமான ரேவதி அண்மையில் அங்கலாய்த்துக் கொண்டதுபோல "சினிமாக்கள்ல பரதநாட்டிய டிரஸ்ஸைப் போட்டுட்டு டிஸ்கோ டான்ஸ் ஆட முடியும்."[16] தங்கள் கலாச்சார மேலாதிக்கத்தை நிலைநிறுத்த வேண்டுமானால், சினிமாவின் இந்த அத்துமீறும்போக்கை மேட்டுக்குடியினர் தடுத்தாக வேண்டும்.[17] குறிப்பாக சாஸ்திரிய இசை, சாஸ்திரிய நடனம் முதலியவற்றை சினிமா கையாளும்விதத்தில் இந்த அத்துமீறும் போக்குபற்றி மேட்டுக்குடியினர் அதிகமாகக் கவலைப்பட்டனர். இதைச் சமாளிக்க, ஏற்கெனவே சாஸ்திரிய இசை, நடனத்துறைகளில் எல்லை நிர்ணயிக்கப் பயன்படுத்தி வந்த அளவுகோல்களை, சினிமாவிலும் பயன்படுத்த முற்பட்டார்கள். மேட்டுக்குடியினர் தூய வடிவம் என்று

நிர்ணயித்து வைத்ததற்கு நிகராக அமைந்தால்மட்டுமே சினிமாவில் காணும் இசை/நடன வடிவங்களுக்கும் தங்கள் அங்கீகாரத்தை அளித்தனர்.

இசையை முதலில் எடுத்துக்கொள்வோம். முக்தா சீனிவாசனின் கோட்பாட்டின்படி, தமிழ்ப் பேசும்படத்தின் முதல் காலகட்டப் படங்கள் நல்ல சினிமா என்ற இலக்கணத் திற்குள் வராதபோதும் அவற்றில் வேறு ஆக்கபூர்வ விளைவுகள் இருந்ததாகக் கூறப்பட்டது: “1931 முதல் 1950வரை வந்த படங்களால் சமூகத்திற்கு ஏற்பட்ட முதலாவது நற்பலன், அந்தப் படங்கள் தனிநபர் ஒழுக்கத்தை வளர்த்தன. இரண்டாவது சாஸ்திரிய சங்கீதம் பாதுகாக்கப்பட்டது” (முக்தா சீனிவாசன், 1993: 33). இந்த வாதத்தின் அடிப்படையில், ஏற்கெனவே மிகவும் பிரபலமாக இருந்த பல சினிமா கலைஞர்கள், மேட்டுக்குடியின் சுய – அடையாளத்தின் ஓரங்கமாக ஸ்வீகரித்துக் கொள்ளப்பட்டார்கள். இதே போக்கைக் குறிக்கும்வகையில், ஆரம்பகால தமிழ் சினிமா பற்றிய ஒரு குறிப்பு கீழ்க்காணுமாறு கூறுகிறது:

“இசைக்கலையில் இருந்த சிறந்த ஆற்றலுக்காகவும் பாடல்களைச் சுத்தமான கர்நாடகப் பாணியில் பாடியதற் காகவும் கே.பி. சுந்தராம்பாள், எம்.கே. தியாகராஜ பாகவதர், எஸ்.டி. சுப்புலட்சுமி முதலிய கலைஞர்கள் சாமானிய மக்களால் பெரிதும் விரும்பி ஆதரிக்கப்பட்டவர்களாக விளங்கினார்கள்” (சமூக ஆய்வு மையம், 1974: 10). திரைப்படத்துக்கு வரும் முன்பாகவே மேடை நாடகக் கலைஞர்களாக சாமானிய மக்கள் மத்தியில் கே.பி. சுந்தராம்பாளும் எம்.கே. தியாகராஜ பாகவதரும் அன்புக்குரியவர்களாக ஆகிவிட்டிருந்தபோதும் அவர்களுடைய இந்த பழைய வரலாறு, மேட்டுக்குடியினரால் எழுதப்பட்ட சினிமா வரலாற்றில் முக்கியத்துவம் தரப்படாமல், சினிமாவில் அவர்கள் சாஸ்திரிய பாணியில் இசையை வழங்கியதற்கு மட்டுமே முக்கியத்துவம் தரப்பட்டது.

ஒருபுறம் இப்படிச் சில கலைஞர்களை ஸ்வீகரித்தது போலவே, மறுபுறம் சாஸ்திரிய இசைக்கும் இதர இசைக்குமிடையே இருந்த எல்லை வேறுபாடுகளைப் பொருட்படுத்தாமலிருந்த கலைஞர்களை ஓரங்கட்டியது மேட்டுக்குடி. இந்திய சாஸ்திரிய இசை, மேலை சாஸ்திரிய இசை, நாட்டுப்புற இசை முதலியவற்றின் கலவையாக உருவாக்கப்படும் திரைஇசையில் தேர்ந்தவரான இளையராஜா வின் புகழ், இசைத்துறையின் மேட்டுக்குடிக்கு எப்போதும் கவலை தருவதாக அமைந்துள்ளது. ஒரு பக்கம், அவரது இசையைத் தரங்கெட்டதாகக் கருதியது. சாஸ்திரிய இசையின் தூய்மையை வெறித்தனமாகக் காப்பாற்ற முற்படும் இசை விமர்சகரான சுப்புடு, இளையராஜாவின் இசையின் பிரபலத்

தன்மையை, போதை மருந்துக்கு ஒப்பிட்டார். இளையராஜாவின் இசை சுப்புடுவைப் பொறுத்தமட்டில் நீண்டகாலப் பயன் ஏதும் இல்லாமல், தலைவலிக்கு ஆஸ்ப்ரோ சாப்பிடுவதற்குச் சமமாக இருந்தது.[18] மற்றொருபுறம் இளையராஜாவின் பெரும்புகழ் காரணமாக அவரையும் மேட்டுக்குடிக்குள் ஸ்வீகரித்துகொள்வதற்கான முயற்சியின் பகுதியாகக் கர்நாடக இசையில் அவருக்குள்ள திறமை பெரிதாகப் புகழப்பட்டது:

"இளையராஜா ஒரு புத்திசாலி... அவருக்கும் நம்ம சங்கீதம் தெரியும். வர்ணம் பண்ணியிருக்கார், கீர்த்தனை பண்ணியிருக்கார். நான் கேட்டிருக்கேன். ஆபோகிலே ஒரு வர்ணம் பண்ணியிருக்கார். கீர்த்தனம் பண்ணியிருக்கார். அவருக்கு நம்ம சங்கீதத்தில நல்ல ஞானம் இருக்குது... அவர் இப்போ இப்படி லகுவான சங்கீதத்தை கொடுத்துண்டிருக்கிறார். இதைக் கொடுத்து பெரிசை கொஞ்சம் கொஞ்சமாக டோசே ஏத்தி ஜனங்களுக்கெல்லாம் கிளாஸிக்கில் ஒரு ஞானம் வரும்படியா செய்துடுவார்னு நெனைக்கிறேன்னு சொன்னேன்."[19]

கர்நாடக வித்வான் செம்மங்குடி ஸ்ரீநிவாசய்யரின் இந்தக் கருத்தில் கர்நாடக இசையில் இளையராஜாவுக்குள்ள திறமையை ஒருபுறம் புகழ்வதன் மூலமும் மேம்படுத்தும் கோட்பாட்டை ராஜா பயன்படுத்துவதாகக் கூறுவதன் மூலமும் அவரை மேட்டுக்குடி உலகுக்குள் இணைத்து கொள்ளும் முயற்சி தெரிகிறது.[20]

சினிமாவில் இடம்பெறும் நடனம் குறித்தும் இதே போன்ற அணுகுமுறையைத் தமிழ் மேட்டுக்குடியினர் கையாண்டுள்ளனர். சாஸ்திரிய நடனம் சினிமாவில் இடம்பெறும்போது மட்டுமே அது நல்ல ரசனை என்று அங்கீகரிக்கப்பட்டது. முக்தா சீனிவாசனின் திரைப்பட வரலாற்றின்படி குமாரி கமலா, வைஜெயந்தி மாலா பாலி, லலிதா – பத்மினி முதலியோரின் பங்கேற்பு தமிழ் சினிமா நடனத்தைச் சிறப்பாக்கியது. அவர்கள் காலத்தில்தான் தமிழ் சினிமாவில் நடனம் "பிரம்மிக்கத்தக்க வளர்ச்சி பெற்று பட்டொளி வீசியது" என்கிறார் சீனிவாசன். இவர்களெல்லாரும் எந்த சாஸ்திரிய நடனக்குருக்களிடம் பயிற்சி பெற்றனரோ அவர்கள் பெயர்களையும் மறக்காமல் பட்டியலிடுகிறார்: வழுவூர் ராமையா பிள்ளை, ஹீராலால், தண்டபாணி பிள்ளை, கலாமண்டலம் மாதவன், கோபால கிருஷ்ணன் மாஸ்டர்... இப்படிப் பழைய நினைவுகளில் திளைத்திருக்கும் சீனிவாசனுக்கு இன்றைய தமிழ் சினிமாவின் நடனங்களின்நிலையை நினைத்ததும் துக்கம் மேலிடுகிறது. குமாரி கமலா இத்யாதிகளின் காலத்துக்குப் பிறகு, "நடனம் அதன் புனிதத்தன்மையை இழந்தது. பாலுணர்ச்சியை

ஊட்டுவதற்காக மட்டுமே நடனம் பயன்படுத்தப்பட்டது…" (முக்தா சீனிவாசன் 1993 : 168, 263).

சாஸ்திரியம் என்று சொல்லிக்கொள்ளப்படும் இசைக்கும் நடனத்துக்கும் இதர கலைவடிவங்களுக்கும் இடையேயுள்ள மோதல் அவ்வப்போது நவீன சினிமாவிற்குள்ளேயே அரங்கேற்றப்பட்டு, சாஸ்திரியத்தின் சார்பாக முடித்தும் வைக்கப்படுவதை நாம் இங்கு கவனத்தில் கொள்ள வேண்டும். அண்மைக்கால எடுத்துக்காட்டு 'சங்கராபரணம்' திரைப்படம்.[21]

பிரபலமாக உள்ள சினிமா நடனங்களைக் கீழ்த்தரமானவை என்று வகைப்படுத்த சீனிவாசன் அவற்றின் பாலியல் வெளிப்பாட்டைக் காரணமாக்குகிறார். இதற்குக் காரணம், இருபதாம் நூற்றாண்டில் பரதநாட்டியத்தைத் தமிழ்ப் பார்ப்பன மேட்டுக்குடி தன்வசப்படுத்தி மாற்றியமைத்த போது அதிலிருந்த பாலியல் துடிப்பை நீக்கிச் 'சுத்த'ப் படுத்திவிட்டதுதான். தி. பாலசரஸ்வதி போன்ற சிலர் பரதநாட்டியத்திலிருந்து சிருங்காரத்தை நீக்கித் தூய்மைப் படுத்துவதை எதிர்த்தார்கள் என்பது உண்மை. அவர் குறிப்பிட்டதாவது:

"சிலர் பரதநாட்டியத்திலுள்ள சிருங்காரப் பாடல்களுக்குப் பதிலாகப் பக்திப் பாடல்களைச் சேர்த்து அதைத் 'தூய்மைப்'படுத்தப் பார்க்கிறார்கள். அவர்களுக்கெல்லாம் நான் மிகுந்த மரியாதையுடன் சொல்லிக்கொள்ள விரும்புவது என்னவென்றால் பரத நாட்டியத்தில் புதியதாகத் தூய்மைப் படுத்த ஏதும் இல்லை; அது எப்படி உள்ளதோ அதுவே தெய்வீகமானதாகத்தான் இருக்கிறது. பரதநாட்டியத்தில் நாம் அனுபவிக்கும் சிருங்கார ரசம் சிற்றின்பம் அல்ல, சிற்றின்பம் அல்லவே அல்ல…" (குகன், 1991 : 14). எனினும், இத்தகைய எதிர்ப்புகள் ஒரு கட்டத்துக்குமேல் செல்ல முடியவில்லை. பாலசரஸ்வதி அதிகபட்சமாகச் செய்ய முடிந்ததெல்லாம் சிருங்காரத்தைப் பக்தியாகப் பரிணமிக்கச் செய்ததுதான்.

மேலும், முக்தா சீனிவாசனின் வாத அணுகுமுறை மேட்டுக்குடியின் மேம்படுத்தும் கோட்பாட்டுடன் நன்றாகப் பொருந்தி நிற்பதே. பாலியல் ஆனாலும் வேறெதுவானாலும் சுயக்கட்டுப்பாட்டைப் போதிப்பது, பிற இடங்களைப் போலவே தமிழ்நாட்டிலும் நெடுங்காலமாக இருந்துவந்த வழக்கமேயாகும். மேல்சாதி/மேல் வர்க்கக் கருத்தாக்கங்களில் எப்போதுமே அடித்தள சுயம் என்பது மிதமிஞ்சிய பாலுணர்வு நிரம்பியதாகவே சித்தரிக்கப்பட்டு வந்தது.

நடனத்தையும் இசையையும் போலவே திரைப்படங்களில் தொடர்புடையதான திரைக்கதை வசனம் எழுதுவதும் சினிமா பாடல் இயற்றுவதும்கூடக் கீழானவையாகத்

தமிழ் மேட்டுக்குடியால் முத்திரையிடப்பட்டன. இங்கு மேட்டுக்குடி திரைக்கதையையும் இலக்கியத்தையும் சினிமா பாட்டையும் கவிதையையும் ஒன்றுக்கொன்று எதிரான நிலையில் நிறுத்தி அளவிட்டது. ஞானபீட விருது பெற்றவரும் நான்காண்டுக் காலம் சினிமா உலகில் உரசிச் சென்றவருமான அகிலன் இலக்கியத்தையும் திரைக்கதையையும் இவ்வாறு வேறுபடுத்துகிறார்: "சினிமாவுக்காக எழுதும் திரைக்கதை பாணியை மனதில் வைத்துக்கொண்டு நாவலை எழுதினால் உணர்ச்சிமிக்க சம்பவக் கோர்வைகள் நிறைந்ததாக அப்போதைக்குப் படிப்பதற்குச் சுவையாக இருக்கும். ஆனால் சமுதாயத்திற்கு ஏற்ற கருத்தை வெளிப்படுத்தும் இலக்கியமாக அது நிலைத்துநிற்க முடியாது."[22]

தான் சினிமா உலகில் தொடர்புகொண்டிருந்தது பற்றி அகிலன் வெட்கப்படுகிறார். படிக்காத பாமரர்களிடையே தி.மு.க.பாணி படங்கள் உருவாக்கிய 'தீய விளைவு'களை மாற்றுவதற்காகவே தான் சினிமாவில் ஈடுபட நேர்ந்ததாக நியாயப்படுத்திக்கொள்கிறார் (அகிலன், 1984:318-19). தயாரிப்பாளர்களின் விருப்பத்துக்கேற்ப எழுத மறுத்ததால் திரையுலகிலிருந்து வெளியேறியதாகவும் குறிப்பிடுகிறார் (மேற்படி 335).

மேட்டுக்குடி பார்வையில் பாடலாசிரியர் நிலை என்ன என்பதை உணர்த்த சிறந்த எடுத்துக்காட்டாக, 'பாலாமணி' படத்திற்குப் பாரதிதாசன் பாடல் எழுதியது பற்றிய சர்ச்சையைக் காணலாம். பாரதிதாசன் எழுதிய பாடல்களைக் 'கவிதைக் கொலை' என்று குறிப்பிட்ட அரியூர் பத்மநாபப் பிள்ளை, அவை கவிதை இலக்கணப்படி விருத்தத்துக்குரிய விதிகளின்கீழ் அமையவில்லை என்று வாதிட்டார். பல தலைமுறைகளாகத் தமிழ்க் கவிஞர்களுக்கு உத்வேகமாக அமைந்த பாரதிதாசன், இதற்கு நீண்ட பதில் எழுதி, எப்படித் தன் பாடல்கள் இலக்கணப்படியே அமைந்துள்ளன என்று வாதிட்டுத் தன்னைக் காத்துக் கொள்ளும் கட்டாயம் ஏற்பட்டது (பாரதிதாசன் 1984: 300−2).

சினிமாவைப் பொறுத்தமட்டில் மேட்டுக்குடியின் பார்வை முழுவதையும் தனதாக ஏற்றுக்கொண்டுள்ள ஜெயகாந்தனின் கூற்று ஏறத்தாழ ஓர் ஒப்புதல் வாக்குமூல மாகவே அமைகிறது: "நடிகன் ஒரு கலைஞன்; எனினும் சமுதாயத்தில் ஒரு கவிஞனுக்கோ (பாடல் ஆசிரியன் அல்ல) ஒரு எழுத்தாளனுக்கோ (சினிமா வசனகர்த்தா அல்ல) ஒரு விஞ்ஞானிக்கோ உரிய ஸ்தானத்தை அவன் பெறவும் முடியாது, பெறவும் கூடாது" (ஜெயகாந்தன் 1980 : 188).

அடித்தள மக்களிடமிருந்து மேம்பட்டதாகத் தங்கள் அழகியல் சுயத்தை வேறுபடுத்திக் காட்டுவதற்குத் தமிழ் மேட்டுக்குடி பின்பற்றிய வழி, தான் அங்கீகரித்த கதாசிரியர்கள், எழுத்தாளர்கள், கவிஞர்கள் படைப்புகளை சினிமாவில் பயன்படுத்துவதை ஏற்றுக்கொண்டதாகும். (எடுத்துக்காட்டு: பாரதியார் பாடல்கள். அண்மைக்காலத்தில் தி. ஜானகி ராமனின் 'மோகமுள்'.)

VI

இனியும் சினிமாவை அலட்சியப்படுத்த முடியாது என்ற நிலை ஏற்பட்டபோது, தமிழ் மேட்டுக்குடி யதார்த்தவாதம், மேம்பாட்டுக் கோட்பாடு, சாஸ்திரியம் – சாஸ்திரியமல்லாதவை என்ற இருநிலை வாதம் முதலியவற்றை அடிப்படையாகக் கொண்டு சினிமாவுடன் உறவாடுவதற்கான மொழியை உருவாக்கிக்கொண்டது. ஆனாலும், இந்த மொழி, மேட்டுக்குடி சினிமாவின்மீது முழு ஆதிக்கம் ஏற்படுத்திக்கொள்ள உதவவில்லை. சினிமா மேட்டுக்குடியின் ஏகபோகமாக ஆகமுடியுமா என்று 1943இல் பி.எஸ். ராமையா எழுப்பிய சந்தேகம் தொடர்ந்து மேட்டுக்குடியை அலைக்கழித்து வருகிறது. ராமையா அப்போதே குறிப்பிட்டார்: "சினிமா ஒரு தொழிலாக ஆரம்பித்து வியாபாரமாகப் பெருகி வளர்ந்துவருகிறது. தற்சமயம் தயாரிக்கப்படும் படங்கள் பெரும்பாலான சாமானிய ஜனங்களின் கவர்ச்சிக்காகவே தயாரிக்கப்படுகின்றன. சினிமா எக்காலத்திலாவது சங்கீதம் நடனம் முதலிய லலிதகலைகளின் உயர்ந்த ஸ்தானத்தை அடையமுடியுமா என்று சொல்ல முடியாது. ஜனங்களின் படித்த வகுப்பாரின் திருப்திக்காக மாத்திரம் படங்கள் தயாரிப்பதென்பது இப்போதுள்ள நிலைமையில் சாத்தியமே யில்லை" (பி.எஸ். ராமையா 1943 : 266 – 7).

நிகழ்த்துபவர்கள், ரசிப்பவர்கள் ஆகிய இரு சாராருமே தன் வகுப்பார் என்ற நிலையில் பரத நாட்டியத்தையும் கர்நாடக இசையையும் தனக்கு மட்டுமே உரிய தனிச் சொத்தாகக் குறுக்கிக்கொள்வதில் தமிழ் மேட்டுக்குடி வெற்றியடைந்தது. ஆனால் சினிமாவில் இத்தகைய தீர்வு சாத்தியப்படவில்லை. ஆரம்பத்தில் மேட்டுக்குடியில் ஒரு பகுதியைத் தன்பக்கம் ஈர்த்த சினிமாவின் பொருளாதாரத் தன்மையே இத்தீர்வுக்கு எதிராக அமைந்தது. தங்கள் சுயாதீனத்துக்குள் சினிமாவைக் கொண்டுவர வேண்டுமென்ற மேட்டுக்குடியின் விருப்பம், சினிமா (பொருளாதார ரீதியில்) உயிர்த்திருப்பதற்கு சாமானிய மக்களின் ஆதரவு தவிர்க்க முடியாதது என்ற நிலையால், மறுபடியும் மறுபடியும் நிறைவேறாமல் ஏமாற்றத்துக்குள்ளாக்கப்பட்டது.

தம்வசப்படாமல், ஆதிக்கம் நழுவிப் போய்க்கொண்டே யிருக்கும் நிலையில் மேட்டுக்குடியின் சினிமா பற்றிய பார்வை ஓயாமல், சாமானியர்களைப்பற்றி முடிவற்ற துயரத்தோடு புலம்பிக்கொண்டிருப்பதாகக் குறுகிப் போய்விட்டது.

குறிப்புகள்

1. கர்நாடக இசை, பரதநாட்டியம் போன்று குறிப்பிட்ட சில கலாச்சாரப் பழக்கங்களை வைத்துக்கொண்டு அவற்றைத் தமது அழகியல் உணர்வின் மேதைமைக்குச் சான்றாகக் கருதி, ஒரு குறிப்பிட்ட கோட்பாடு வட்டத்துள் வாழ்வோரையே இக்கட்டுரையில் தமிழ் மேட்டுக்குடி *(Tamil Elite)* என்று குறிப்பிட்டுள்ளேன்.

2. தங்கள் கலாச்சார அழகியல் உயர்நிலையைக் காட்டிக் கொள்ள எப்படி சாஸ்திரிய இசையைத் தமிழ் மேட்டுக்குடி கையாண்டது என்று அறிய, படிக்கவும் – வ.ரா. *(1990/1944).*

3. இளைஞரான பிறகு சம்பந்த முதலியார், மேட்டுக்குடி பார்வையாளருக்காக, தொழில் முறையல்லாத நாடகங்கள் எழுதவும் நடிக்கவும் செய்தார். கம்பெனி நாடக நடிகர்களைக் 'கூத்தாடிகள்' என்று வர்ணிக்கும் அவர், தமது நாடகத்துறை நடிகர்களை 'நாடகக் கலைஞர்கள்' என்று குறிப்பிடுகிறார்.

4. இந்திய தேசிய காங்கிரஸின் மேட்டுக்குடிப் பார்வையையும் பல்வேறு வடிவங்களில் வெளிப்பட்ட பார்ப்பனிய பார்வையையும் எதிர்த்துநின்ற திராவிட முன்னேற்றக் கழகமும் அதன் தலைமையுமே இந்த நிலைமை மாறுவதற்குக் காரணமாகயிருந்தது.

   "விடுதலைப் போராட்டக் காலத்தில் அதன் எழுச்சிக்காகப் பாடுபட்ட கலைஞர்களைக்கூட இச்சமுதாயம் 'கூத்தாடிகள்' என்றே இழிவான பெயரைச் சூட்டி தலைகுனிய வைத்தது. நடிகர்கள் என்றால் ஏதோ தாழ்ந்தவர்கள் – அவர்கள் புழங்கக்கூடாதவர்கள் என்ற மனப்பான்மை நாட்டுமக்களிடம் இருந்தது. அந்த நிலையை முறையாக முழுமையாக முழுமூச்சுடன் பாடுபட்டு ஒழித்த பெருமை அறிஞர் அண்ணாவுக்கே உரித்தாகும்" (திருநாவுக்கரசு:1990:42).

5. *தினமணி* 31.7.1995 இதழில் மறுபிரசுரம் செய்யப்பட்ட *தினமணி* 31.7.1936இல் வெளியான என்.ஜி. தாமோதரனின் கடிதம்.

6. சினிமா பணம் என்ற கருத்தாக்கம் ரவி வாசுதேவனிடமிருந்து (1995) எடுத்தாளப்பட்டது.

7. சென்னை, அரசாணை எண்2182, உள்துறை, நாள் 19.4.1939. தமிழ்நாடு ஆவணக் காப்பகம்.

8. தமிழ் சினிமாவுக்குக் கர்நாடக இசைக் கலைஞர்களையும் பிரபல வித்வான்களையும் அறிமுகப்படுத்தியது 'ராயல்' கிருஷ்ணய்யர் என்று ராண்டார் கை கூறுகிறார். ராயலின் மாமாவான ஹரிகேசநல்லூர் முத்தையா பாகவதரை *லவகுசா* படத்துக்கு இசையமைக்க வைத்ததன்வாயிலாக அவர் இதைச் சாதித்தார். சாஸ்திரியக் கலைஞர்களின் சினிமா எதிர்ப்பை முறியடிக்க, அய்யர் தன் உறவுமுறை விசுவாசத்தைப் பயன்படுத்தியதாகத் தோன்றுகிறது.

9. அறந்தை நாராயணன் மேற்கோள் காட்டும் *ஆனந்த விகடன்* (1988:27–28)

10. *தினமணி* வைரவிழா ஆண்டு (1994 பக். 353) வெளியான *தினமணி* 24.5.1935 இதழ் கட்டுரை.

11. மேலது.

12. மேட்டுக்குடியின் விமர்சனத்தை மீறி, தி.முக படங்களின் அடுக்குமொழி வசனங்கள் மிகவும் பிரபலமடைந்தன. படத்தின் முழுவசனமும் மலிவுவிலைப் பதிப்புகளாக அச்சிடப்பட்டு, ஆயிரக்கணக்கில் விற்றன. அதிகாரப்பூர்வமில்லாத வெளியீட்டாளர்கள் வேறு திருட்டுத்தனமாகத் தாமே பல பிரதிகளை அச்சிட்டு விற்றுக்கொண்டார்கள். மு. கருணாநிதி எழுதிய *மனோகரா* (1954) படத்தின் வசனப்புத்தகம் அந்த அளவுக்கு விற்றதென்பதால், புத்தக முகப்புப் படத்தை அதிக பிரதிகள் அச்சிடத் தாக்குப்பிடிக்கும் வசதிக்காக பிரபலமான ஜி.கே. வேல் கம்பெனியாரிடம் செப்பில் அச்சுக்கட்டை (பிளாக்) எடுத்துவைத்தார் பதிப்பாளர் (சொர்ணம், 1992:41. மற்றும் காண்க – திருநாவுக்கரசு, 1990:116)

13. *தினமணி* மே 24, 1935.

14. *தினமணி*, ஆகஸ்ட் 7, 1936 – பாஸ்கரன் (1981:120 மேற்கோள் காட்டும்).

15. கலாச்சார மேட்டுக்குடி எப்படி அன்று கே. சுப்ரமணியம், எஸ்.சத்தியமூர்த்தி ஆகியோரையும் இன்று மணிரத்னத்தையும் தாங்கிப் பிடித்துக்கொள்கிறது என்பது சுவையான ஒப்பீட்டாய்வுக்குரியது. வெவ்வேறு சூழ்நிலையிலானபோதும் இவர்கள் அனைவருமே தேசியத்தை மேம்பாடாக முன்வைப்பதைக் கவனிக்க வேண்டும்.

16. *தினமணி அக்டோபர் 6, 1994.*

17. கம்பெனி நாடகத்தைத் தமிழ் மேட்டுக்குடி வெறுப்பதற்கான காரணங்களில் ஒன்று – அந்த நாடகங்கள் எல்லாவகை இசைகளையும் வரம்புகளையும் பற்றிக் கவலைப்படாமல் கலந்து பயன்படுத்தியதாக இருக்கலாம். "இந்த கம்பெனி நாடகங்களின் இசை சாஸ்திரிய சங்கீதத்தை அடிப்படையாகக் கொண்டிருந்தது. தவிர இந்த நாடகங்கள், 'நாடக இசை' (நாட்டிய சங்கீத்) என்ற ஒரு புதுவகையை இந்த நூற்றாண்டின் தொடக் காலத்தில் தமிழகத்தில் பயணம்செய்த பார்சி, மராத்தி நாடகங்களில் இருந்த இந்துஸ்தானி இசையைப் பின்பற்றி அறிமுகப்படுத்தின. இவற்றில் இந்துஸ்தானி ராக சாயல் இருந்தது மட்டுமின்றி இந்தக் கலவை பிரபலமாகவும் அமைந்தது. கிராமிய இசையும் நாடகங்களில் இடம்பெற்றது. இதைப் பெரும்பாலும் கோமாளி பாத்திரமே பாடியது" (பாஸ்கரன் 1991:756).

18. சுப்புடு, நேர்காணல், *சுபமங்களா,* பிப்ரவரி 1993.

19. செம்மங்குடி ஸ்ரீநிவாசயய்யர், நேர்காணல், *சுபமங்களா*, மார்ச் 1994.

20. இசையைக் கர்நாடகம், கிராமியம் என்றெல்லாம் வெவ்வேறு சிமிழுக்குள் அடைப்பதை விமர்சிப்பவர் இளையராஜா: "நான் இசைக் கலைஞன் அல்ல. இசைக் கலைஞனுக்கு ராகம் ஒரு தடை; தாளம் ஒரு தடை. அவனுடைய இசைப் பயிற்சி ஒரு தடை; இசை பற்றிய அவனுடைய கருத்தாக்கமே தடை; நான் இசைக் கலைஞன் அல்ல என்பதால் என்னை அடைத்துக்கொள்ள சட்டங்கள் இல்லை. என் மனதுக்கு என்ன தோன்றுகிறதோ அதைச் செய்ய நான் தயங்குவதில்லை. ஒரு பாட்டு என்றால் அதில் நிச்சயமாக ஆரோகணமும் அவரோகணமும் இருந்தே தீர வேண்டும் என்று பல நூற்றாண்டுக் காலமாக ஏராளமான வித்துவான்கள் நம்பிவந்த நிலையில், என்னால் ஆரோகணத்தில் மட்டுமாக ஒரு பாடலை இசையமைக்க முடியும். ஏனென்றால் எனக்குத் தளைகள் இல்லை" (பன்னீர்செல்வன் 1987:91).

21. இந்தக் கருத்தைத் திமுக. பாணிப் படமான மு. கருணாநிதியின் 'பராசக்தி' (1952) அப்படியே புரட்டிப்போட்டு, பரதநாட்டியத்தைவிட சினிமாவுக்கு முக்கியத்துவம் தருகிறது. படத்தின் கதாநாயகன் சினிமா பார்ப்பதை விரும்புபவனாகவும் அவனுடன் வருகிற 'ஜாலி' என்று வேண்டுமென்றே பெயர் சூட்டப்பட்டுள்ள

வில்லி போன்ற பாத்திரமோ அவனை சினிமா பார்க் காமல் தடுப்பதாகவும் வருகிறது. "சினிமாவை குளோஸ் பண்ணுவதற்கு ஒரு சங்கம் ஏற்பட்டால் அதற்கு நான்தான் தலைவியாக இருப்பேன். நம் நாட்டுக்கு ஏற்றது பரதநாட்டியம், டான்ஸ்" என்று கூறும் ஜாலி அவனை ஒரு நாட்டியத்துக்கு அழைத்துப்போய், மயக்கமருந்து கொடுத்து, ஏமாற்றிப் பணத்தைப் பறித்துவிடுகிறாள்.

22. *பொம்மை, அக்டோபர் 1966.*

மேற்கோள்கள்

அகிலன்: *(1984) எழுத்தும் வாழ்க்கையும்,* பாரி புத்தகப் பண்ணை, சென்னை.

அறந்தை நாராயணன்: *(1981) தமிழ் சினிமாவின் கதை,* நியூ செஞ்சுரி புக் ஹவுஸ், சென்னை, *(1988) சுதந்திரப் போரில் தமிழ் சினிமா,* நியூ செஞ்சுரி புக் ஹவுஸ், சென்னை.

அவ்வை சண்முகம்: *(1980) எனது நாடக வாழ்க்கை,* வானதி பதிப்பகம், சென்னை.

ஆருரன், நம்பி: *(1980)* Tamil Renaissance and Dravidian Nationalism *1905–1944,* கூடல் பதிப்பகம், மதுரை.

கர்நாடகம்: *(1939) 'சினிமாச் சண்டை', ஆனந்த விகடன்,* நவம்பர் 5.

குகன். எஸ்: *(1991)* Bala on Bharatanatyam, The Sruti Foundation, Madras.

சம்பந்த முதலியார். ப: *(1931) நாடகமேடை நினைவுகள்,* பாகம் 1, பியர்லெஸ் பிரஸ், சென்னை.

சமூக ஆய்வு மையம்: *(1974)* The Impact of Film on Society, Madras.

சாண்டில்யன்: *(1987) போராட்டங்கள்,* வானதி பதிப்பகம், சென்னை.

சொர்ணம். கே: *(1992) 'மலரும் நினைவுகள்', முரசொலி பொன்விழா மலர், 1942–92,* சென்னை.

திருநாவுக்கரசு. க: *(1990) திராவிடர் இயக்கமும் திரைப்பட உலகமும்,* மணிவாசகர் பதிப்பகம், சென்னை.

திவாகர். ஆர். – ஆர். ராமகிருஷ்ணன். எஸ்: *(1979)* Rajaji's Speeches, Vol. ll. Bharatiya Vidya Bhavan, Bombay.

பன்னீர்செல்வன். எஸ்: *(1987)* 'Musical Mission', *Frontline,* Aug 22-Sep 4.

பாஸ்கரன் (தியடோர்) : (1981) *The Message Bearers: The Nationalist Politics and Entertainment Media in South India, 1980–1945.* Cre-A. Madras.

(1991) 'Music for Masses: Film Songs of Tamil Nadu' *Economic and Political Weekly,* Annual Number, March.

முக்தா சீனிவாசன் : *(1993) தமிழ்த் திரைப்பட வரலாறு,* கங்கை புத்தக நிலையம், சென்னை.

ராண்டர் கை: *(1988)* 'The First Superstar', *Aside*, Feb 16.

ராமையா. பி.எஸ். : *(1943) சினிமா,* ஜோதி நிலையம். சென்னை.

ராஜகோபலன். கு.ப.: *(1986) கனகாம்பரம்,* அல்லயன்ஸ் கம்பெனி, சென்னை.

வ.ரா: *(1944) கலையும் கலை வளர்ச்சியும்,* அல்லயன்ஸ் கம்பெனி, சென்னை.

வாசுதேவன். ரவி: *(1990) Reflections on the Cinematic Public, 1913–43* (unpublished paper).

ஜெயகாந்தன்: *(1980) ஒரு இலக்கியவாதியின் கலையுலக அனுபவங்கள்,* தேன்மொழி பதிப்பகம், சென்னை.

ஸ்ரீனிவாசன். என்.: *(1942) சினிமா உலகின் மர்மங்கள்,* டாக்–எ–டோன் பிரசுரம், சென்னை.

மொழிபெயர்ப்பாளர் குறிப்பு:

இந்தக் கட்டுரையின் பல கருத்துகளுடன் எனக்கு உடன்பாடு உள்ளதுபோலவே பலவற்றுடன் மாறுபட்ட கருத்தும் உண்டு. பொதுவாகத் தமிழறிந்தோர் ஆங்கிலத்தில் எழுத நேரும் கட்டுரைகளைத் தமிழில் மொழிபெயர்க்கும் பணியை நான் ஏற்றுக்கொள்வதில்லை. இந்த மொழிபெயர்ப்பு கண்ணனின் அன்பால் நேர்ந்த விதிவிலக்கு.

தமிழில்: **ஞாநி**

***காலச்சுவடு* இதழ் 18, ஜூலை. – செப். 1997**

'இருவர்':
நுகர்பொருளாக மாறும் சரித்திரம்

(வெங்கடேஷ் சக்கரவர்த்தியுடன் இணைந்து எழுதியது)

மணிரத்னத்தின் படங்களில் சரித்திரத்தை நுகர்பொருளாக மாற்றும் முயற்சி *ரோஜா (1992), பம்பாய் (1995)* போன்ற படங்களில் துவக்கி வைக்கப்பட்டது. இந்த முறை திராவிட இயக்கத்தின் *சரித்திரமும் அரசியலும் இருவர் (1997)* படத்தின் மூலமாக இம்முயற்சிக்கு இலக்காகின்றன.

பொங்கல் அன்று திரைக்கு வந்த *இருவர்* பல எதிர்ப்பார்ப்புகளையும் மிகைப்படுத்தப்பட்ட பேச்சுக்களின் தர்க்கங்களையும் முறியடிக்கும் வகையில் படுதோல்வியைத் தழுவியது. ஆனால் இந்தத் தோல்வியை உடனடியாகத் தடமாற்றம் *(displacement)* செய்யும் வகையில் பார்ப்பனிய நாளேடுகளும் பத்திரிகைகளும் படத்தின் தரத்தைப் பலவகைகளில் மிகைப்படுத்தி அழகுபார்த்தன. இதில் முதல் இடத்தை *இந்து* ஆங்கில நாளேடு பிடித்துக்கொண்டது. ஜனவரி 17, வெள்ளி அன்று வெளிவந்த அதன் சினிமா இணைப்பில் *இருவரை* மற்ற தமிழ்ப் படங்களுக்கு ஈடாக விமர்சிப்பது நியாயமில்லை என்பதுபோல் வழக்கமான இடத்தில் அதன் விமர்சனத்தைப் போடாமல் திருவனந்தபுரம் உலகத் திரைப்படவிழாச் செய்திகளுடன் முதல் பக்கத்தில் ஒரு பெரிய கட்டம் கட்டிப் பிரசுரித்தது. இதனைத் தொடர்ந்து *ஆனந்த விகடன்* மணிரத்னத்தின் பேட்டியை மூன்று வாரம் தொடர்ச்சியாகப் பிரசுரித்தது.

தமிழ் சினிமா பார்வையாளர்கள் பொதுவாக இருவர் படத்தை நிராகரித்துவிட்டாலும் மேற்கூறிய செய்கைகள் இதை அழகியல் தளத்தில் மீட்டெடுத்தன. படத்தைக் கடுமையாக விமர்சித்தவர்களும்கூட அதன் தோற்றத்தில் மயங்கி அழகியல்ரீதியாக அந்தப் படத்திற்குப் புகழ் மாலைகள் சூட்டினர். 'தலை விழுந்தால் எனக்கு வெற்றி... பூ விழுந்தால் உனக்குத் தோல்வி' என்ற அடிப்படையில் மணிரத்னத்தின் நுகர்பொருள் அழகியல் இயங்குகிறது. அதாவது, படம் வெற்றி பெற்றால் பல கோடி வசூலாகும். தோல்வியடைந்தால் உன்னதமான கலையென்று புகழாரம் கிடைக்கும். இந்த அழகியல் புதைகுழியில் தடயமே தெரியாமல் மறைக்கப்பட்ட சித்தாந்த இலக்குகளைப் பற்றியும் மதிப்பீடுகளைப் பற்றியும் மேற்கூறிய விமர்சனங்களுக்குக் கவலையே இல்லை.

1

அன்னை மடியில் அமர்ந்தவாறு சிறுவன் ஒருவன் தன் எதிர்காலத்தை நோக்கி ரயிலில் பயணம் செய்கிறான். இது 'இருவ'ரில் வரும் முதல் காட்சி. காட்சி மறைந்தவுடன் 'இது உண்மைக் கதையல்ல' என்ற எழுத்துக்கள் தோன்றுகின்றன. மரபுரீதியாக இந்த வாக்கியம் பயன்படுத்தப்பட்டாலும் உண்மை இல்லை என்று சொன்னவுடனேயே அதில் ஏதோ ஒரு உண்மை புதைந்திருக்கிறது என்ற எண்ணத்தைத்தான் இந்த மரபு எதிர்மறையாகத் தூண்டுகிறது. மேலும் படத்தின் அமைப்பும் காட்சிகளின் தோற்றமும் மெய்மை விளைவுகளை ஏற்படுத்துவதற்குத் தோதாக அமைய, மணிரத்னமும் மேற்கூடிய எழுத்துக்களுக்கு முரணாகக் கீழ்க்கண்டவாறு *ஆனந்த விகடனில்* (2.2.97) பேட்டி அளித்துள்ளார்: 'இந்த மாநிலத்தில் நான் நாற்பது வருஷங்கள் வாழ்ந்திருக்கிறேன். நடந்த எல்லா விஷயங்களையும் ஆர்வத்தோடு கவனிச்சிருக்கேன். நடந்ததை நடந்தமாதிரி அப்படியே கொடுக்கிறபோது என்னவெல்லாம் பிரச்சினைகள் வரும்னு எனக்கு நல்லாவே தெரியும். ஆனால் அதுக்காக எங்கேயும் காம்ப்ரமைஸ் பண்ணிக்கவோ எண்ணத்தைக் கைவிடவோ எனக்கு இஷ்டமில்லை.' ஆக, படத்தில் வருவது 'உண்மைக் கதையல்ல' என்றாலும், கடந்த 40 ஆண்டுகளில் நிகழ்ந்த உண்மைகளின் வெளிப்பாடுதான் *இருவர்* என்ற கருத்து இந்தப் பேட்டியில் முன்வைக்கப்படுகிறது.

கடந்த 40 ஆண்டுகளின் நிகழ்வுகளைப் பாகுபாடின்றிக் கண்ணாடியில் தோன்றும் பிம்பங்களைப்போலத் தெள்ளத் தெளிவாகத் திரையில் உருவாக்கமுடியும் என்று நாங்கள் கூறவில்லை என்றாலும் இந்தப் படத்தில் சரித்திரம் நுகர்பொருளாக மாற்றப்படும்பொழுது ஏற்படும் சித்தாந்த விளைவுகளை முதன்மைப்படுத்தியாக வேண்டும். அதாவது,

துல்லியமாக ஒன்றைப் பாகுபாடின்றி நாம் எழுதும் மொழியின் வழியாகவோ உபயோகிக்கும் பிம்பக் குறிகளின் வழியாகவோ வெளிப்பாடு செய்வது சாத்தியமில்லை எனும் பொழுது இதைத்தான் மணிரத்னம் செய்கிறார் என்பதைத் திட்டவட்டமாக மறுக்கிறோம். இவ்வாறு சாத்தியமில்லாத முயற்சி அல்லது நோக்கத்திற்கு எதிராக எந்த ஒரு வெளிப்பாடும் சித்தாந்த/குறித்தள வலையின் *(ideological/symbolical network)* வழியாகத்தான் வெளிப்படுகிறது என்பதை நாம் இங்கு கவனிக்க வேண்டும். அவ்வாறு குறிகளும் பிம்பங்களும் ஒரு சித்தாந்த வலையின் வழியாக ஊடுருவி வரும்பொழுது பல முரணான குறிகள் ஒருமிக்கப்படுவதையும் *(condensation)* தடமாற்றம் செய்யப்படுவதையும் நாம் பல செயல்பாடுகளில் காணலாம். இதற்கு சினிமாவும் விதிவிலக்கல்ல. நாம் பேசும் மொழியைவிட சினிமாவினால் கண்ணாடியில் தோன்றும் பிம்பங்களைப்போல் ஒரு மெய்மைத் தோற்றத்தை *(impression of reality)* அளித்து, அதீதமான தாக்கத்தை ஏற்படுத்தும் ஒரு மாய உலகைப் படைக்க முடியும் என்பதை அறிவோம்.

இருவர் படம் இவ்வாறு ஏற்படுத்தும் மாயையைக் கலைத்துப் பார்க்க வேண்டும். சரித்திரம் நுகர்பொருளாக மாறும்பொழுது எந்தவிதமான இன்மைகளுக்கு, ஒருமித்தல் களுக்கு, தடமாற்றங்களுக்கு அது உட்படுத்தப்படுகிறது என்பதை இப்போது கவனிப்போம்.

2

முதலில் வேலுத்தம்பியின் கதாபாத்திரத்தை எடுத்துக் கொள்வோம். இந்தப் பாத்திரம் ஒரு சித்தாந்த ஒருமித்தலுக்கு உட்படுத்தப்பட்டுள்ளது. முதலாவதாக ஒன்றுக்கொன்று முரணாக ‘அண்ணா’ (அண்ணாதுரை) என்றும், ‘அய்யா’ (பெரியார்) என்றும் படத்தில் வேலுத்தம்பியின் பாத்திரம் குறிக்கப்படுகிறது. மேலும் கடுமையான தியாகங்களைத் தனது தொண்டர்களிடமிருந்து இடைவிடாது கோரும் ஒரு கொடுந்தந்தையாகவும் கடுமையான மனச்சாட்சியாகவும் அதிகாரத்துவ ஆதர்ச பிம்பமாகவும் *(unrelenting super-ego)* இவர் சித்தரிக்கப்படுகிறார். தமிழ்ச்செல்வனைக் குண்டர்கள் அடித்துப்போட்டபின் வரும் காட்சியும் அதன் வடிவமைப்பும் இந்தக் குணங்களை வலிமையாக முதன்மைப்படுத்திப் பார்வையாளரின் மேல் திணிக்கின்றன. இந்தக் காட்சி *low angle*லில் அமைக்கப்பட்டிருப்பதை நாம் கவனிக்க வேண்டும். முன்தளத்தில் தமிழ்ச்செல்வன் படுக்கையில் படுத்திருக்க, ஃப்ரேமின் வலது புறம் அவன் தலையைப் பிடித்தவாறு ஆனந்தன் அவனுக்கு ஆறுதல்கூற, பின்தளத்திலிருந்து வேகமாக வேலுத்தம்பி தன் சகாக்களுடன் காமிராவை நோக்கி வர வர அவருடைய பிம்பமும் பெரிதாகிக்

கொண்டே வருகிறது. இத்துடன் ஒரு இரக்கமற்ற வசனத்தைப் பேசி மேலும் மேலும் ரத்தத்தைச் சிந்தவும் தியாகங்களைச் செய்யவும் தமிழ்ச்செல்வன் எழுந்து வர வேண்டும் என்பதைச் சொல்வதற்கு, வேலுத்தம்பி தமிழ்ச்செல்வனை நோக்கிக் குனியும்பொழுது அந்தப் பாத்திரத்தின் பிம்பம் மேலும் பெரிதாகி திரையில் மற்றவர்களைவிட அதிக இடத்தைப் பிடித்துக்கொள்கிறது. அவருடைய மனிதாபிமானமற்ற சொற்களினால் ஏற்படும் அதிர்ச்சியை அவர் சென்றபிறகு ஆனந்தன் தமிழ்ச்செல்வனிடம் பகிர்ந்துகொள்ளும்பொழுது பிம்ப அமைப்பும் வசனமும் ஒன்றுசேர்ந்து மேற்சொன்னவாறு இடைவிடாது தியாகங்களையும் தண்டனைகளையும் கோரும் ஒரு கடுமையான மனசாட்சியாக, அதிகாரத்துவ – ஆதர்ச பிம்பமாக வேலுத்தம்பியின் பாத்திரத்தை அமைக்கின்றன. இதற்கு நேர்முரணாக வேலுத்தம்பியின் மறைவுக்குப் பின் நடக்கும் இரங்கல் கூட்டத்தில் சாந்தத்தை வெளிப்படுத்தும் வேலுத்தம்பியின் பிரம்மாண்டமான புகைப்படம் பின்தளத்தில் இருக்க, ஆனந்தன் முன்தளத்தில் நின்று ஒரு நீண்ட (ஆனால் ஓசையில்லாத) சொற்பொழிவை நிகழ்த்துவதுடன் சரமாரியாகக் கேள்விகளையும் நிபந்தனைகளையும் முன்வைக்கின்றான்.

வேலுத்தம்பி எதற்காக மேலும் மேலும் தன் தொண்டர்களைத் தியாகம்செய்யத் தூண்ட வேண்டும்? படம் இதற்கு ஒரு முழுமையான பதிலைச் சொல்லாமல் போகிறபோக்கில் வேலுத்தம்பியின் இயக்கம் ஆரியர் எதிர்ப்பை வெளிப்படுத்துகிறது என்பதை ஒரே ஒருமுறை மட்டும் கூற ஆரம்பித்து உடனடியாக பலத்த மக்கள் சத்தத்தில் அதை அமுக்கிவிடுகிறது. இந்தக் காட்சியின் வடிவமைப்பும் வேலுத்தம்பி எதை எதிர்க்கிறார் என்பதைவிட மக்களைத் தீவிர கோஷங்களால் வெறித்தனமாகத் தூண்டும் மேடைப் பேச்சாளராகத்தான் முன்வைக்கிறது. இதனால் படத்தைப் பொறுத்தவரை வேலுத்தம்பி எதை எதிர்க்கிறார் என்பது ஒரு முக்கியமில்லாத அம்சமாக மாறிவிடுகிறது. இதைத் தவிர, இந்தச் சிறு 'ஆரியர் எதிர்ப்பு', சினிமா நடிகன் ஆனந்தனைக் கட்சியில் சேர்த்துக்கொள்ளும் முயற்சியில் தடமாற்றம் செய்யப்படும்பொழுது கும்பல் சேர்ப்பதற்கு எதை வேண்டுமானாலும் செய்யும் ஒரு தார்மீகமற்ற சூழ்ச்சிக்காரனாக வேலுத்தம்பியின் பாத்திரம் குறிக்கப்படுகிறது. ஆனால் இறுதியில் இவற்றிற்கெல்லாம் மாறாக வெற்றி முனையில் தான் முதலமைச்சராக விரும்பவில்லை என்று கூறி அதிகாரத்தைத் துறக்கும்பொழுது வேலுத்தம்பி ஒரு மேன்மையான துறவியாக உருவெடுக்கிறார். இதன்மூலம் முதலமைச்சர் பதவியை நாடும் தமிழ்ச்செல்வனை ஒரு பதவி வெறியனாகவும் சூழ்ச்சிக்காரனாகவும் பின்னர் ஆனந்தனை

இயக்கத்தின் ஒரு மேன்மையான மனசாட்சியாகவும் ஆதர்ச பிம்பமாகவும் முன் நிறுத்த 'வேலுத்தம்பி'யின் கதாபாத்திரத்தில் ஒருமித்தல் செய்யப்பட்ட குறிகள் உதவுகின்றன. அந்தப் பாத்திரத்தைச் சுற்றி ஏற்படும் தடமாற்றங்கள் படத்தில் இந்தச் செயல்களை மேலும் பலப்படுத்துகின்றன.

தடமாற்றங்கள் – குறிப்பாக ஆனந்தன் வேலுத்தம்பியின் பிரம்மாண்டமான புகைப்படத்தின் முன்னே நின்று கேள்விகளை எழுப்பும் கட்டம் – சரித்திர நிகழ்வுகளை முன்னும்பின்னுமாக இடம்மாற்றி கற்பனைரீதியாக உருவாக்கப்பட்டுள்ளன. அண்ணா இறந்தபிறகுதான் முதலமைச்சராவது கலைஞரா நாவலரா என்ற பிரச்சினை வந்தது. எம்ஜிஆர், திமுகவை எதிர்த்த கட்டமோ நாடெங்கும் அவசர நிலை அமல்படுத்தப்பட்ட காலத்தில் நிகழ்ந்தது. இப்படிப் பல ஆண்டுகள் இடைவெளி உள்ள இரண்டு நிகழ்வுகளை முன்னும்பின்னுமாகப் போட்டு, அவசரநிலையை மட்டும் போகிறபோக்கில் மௌனமாகச் சுட்டிக்காட்டி, திராவிட இயக்கத்தின் மேன்மையான அல்லது உண்மையான மனசாட்சியாகவும் ஆதர்ச–பிம்பமாகவும் ஆனந்தனை (எம்ஜிஆர்) நிலைநிறுத்த மேற்கூறிய ஒருமித்தல்கள் மூலமாகவும் தடமாற்றங்கள் மூலமாகவும் *இருவர்* ஒரு சுலபமான வழியைக் கையாண்டுள்ளது.

மற்ற பாத்திரங்களைவிடத் தமிழ்ச்செல்வனின் பாத்திரம் கிட்டத்தட்ட ஒரு கேலிச் சித்திரமாகவே அமைந்துள்ளது. முதலாவதாக, இந்தப் பாத்திரத்தை பிரகாஷ்ராஜ் என்ற வில்லன் நடிகர் ஏற்று நடிக்கிறார் என்ற உடனேயே தமிழ் சினிமா பார்வையாளர்கள் இந்தப் பாத்திரத்தைத் தாராளமாக வாசிப்பதற்கு ஒரு முட்டுக்கட்டை போடப்படுகிறது; இருவரில் யார் கதாநாயகன் யார் வில்லன் என்பதற்கு ஒரு பதிலையும் அளித்துவிடுகிறது. பல மிகைகளினால் குறிக்கப்படும் தமிழ்ச்செல்வன் அடிப்படையில் ஒரு தீர்க்கமுடியாத குறையைக் கொண்டவன். அதாவது ஆனந்தனுக்கு நேர்மாறாகப் பசி பட்டினியின் துயரத்தை என்றுமே உணர முடியாதவன். படத்தின் ஒரு கட்டத்தில் ஆனந்தன் ஒரு பெரும் வாய்ப்பை இழக்கிறான். அவனைக் கதாநாயகனாக அறிமுகம்செய்யும் படம் பொருளாதாரக் காரணங்களால் தடைப்படும்பொழுது ஒரே சமயத்தில் வேலையையும் வாய்ப்பையும் இழக்கும் ஆனந்தன் தன் துயரத்தைப் பகிர்ந்துகொள்ளத் தமிழ்ச்செல்வனைத் தேடி வருகிறான். அப்பொழுது, தான் சார்ந்த இயக்கம் ஒரு அரசியல் கட்சியாக மாறிவிட்ட மிதப்பில் கட்சி மாளிகையின் உச்சிமீது நின்று தமிழ்ச்செல்வன் தன் வருங்காலக் கனவுகளைப்பற்றி முழங்குகிறான். கீழே இருந்து ஆனந்தன் தனக்கு ஏற்பட்ட இழப்பைப்பற்றிக் கூறுகிறான். அதைப்

பொருட்படுத்தாமல் அவனை மேலே வந்து தன்னுடைய மகிழ்ச்சியில் கலந்துகொள்ள அழைக்கிறான் தமிழ்ச்செல்வன். இதனால் மனமுடைந்த ஆனந்தன், தமிழ்ச்செல்வனைப் பார்த்து ஒரு பள்ளி ஆசிரியரின் மைந்தன் என்பதால் அவனுக்குத் தன்னைப்போலப் பசி பட்டினியின் வலியை உணர முடியாது என்று கூறுகிறான். உச்சிமீது இருக்கும் தமிழ்ச்செல்வன் பயங்கரமாகச் சிரிக்க, கண்களில் நீர் தளும்ப ஆனந்தன் அந்த இடத்தைவிட்டு அகல்கிறான்.

இவ்வாறு பசி பட்டினியை உணரமுடியாத தமிழ்ச்செல்வனால் சற்று மிகையாகவே மற்ற எல்லாவற்றையும் உணர முடிகிறது. அவ்வாறு உணரமுடிவதால் அவற்றிற்காக வெறித்தனமாக, விடாப்பிடியாக ஆசைப்படவும் முடிகிறது. தமிழ்ச்செல்வனின் இந்தப் பல மிகைகளில் முதலாவதாக *இருவர்* அவன் அறிவுஜீவித்தனத்தை முதன்மைப்படுத்துகிறது. பெரிய கண்ணாடி அணிந்திருக்கும் இந்த நாஸ்திகன் திடீர் திடீரென்று வெறித்தனமாகக் கவிதைகளைப் பொழிகிறான் – சோகத்திலும் சரி, மோகத்திலும் சரி, மொத்தத்தில் இவனுடைய அறிவுஜீவித்தனம் மற்றவர்களை அச்சுறுத்தும் ஒன்று. ஆக முதலிரவில் அவன் மனைவியின் சேலை தீப்பற்றும் சூழ்நிலையிலும்கூட அவனுடைய ஆழ்ந்த கவிதையினால் துகிலுரிக்கப்படுவதில் வியப்பொன்றுமில்லை.

இந்த அறிவுஜீவித்தனத்தின் மற்றொரு பக்கம் தமிழ்ச்செல்வனின் சூழ்ச்சித்திறன். படத்தில் இந்த சாணக்கியத்தனம் தமிழ்ச்செல்வன் ஆனந்தனுக்கு அவனது ரசிகர்களின் ஆதரவை உணரவைக்கும் காட்சியில் முதன்மைப்படுத்தப்படுகிறது. தமிழ்ச்செல்வன் ஆனந்தனை ஒரு பிரம்மாண்டமான மொட்டைமாடியின் விளிம்பிற்கு அழைத்துச் செல்ல காமிரா இருவரையும் தொடர்ந்து கீழே ஆனந்தனுக்காகக் காத்து நிற்கும் மக்கள்கூட்டத்தைக் காண்பிக்கிறது. கீழே நிற்கும் கூட்டத்தைக் காட்டி லெனின், ஸ்டாலின், ஹிட்லர் போன்றோர் கடும் உழைப்பால் மட்டுமே இம்மாதிரியான மக்கள் பலத்தைச் சேகரித்தனர் என்று சுட்டிக்காட்டி, இது ஆனந்தனுக்கு எவ்வளவு சுலபமாகக் கிடைத்துவிட்டது என்று மகிழ்ச்சியடைகிறான் தமிழ்ச்செல்வன். மேலும் அரசியல் அரிச்சுவடி தெரியாத ஆனந்தனை இந்த மக்கள் பலத்தைப் போற்றி வளர்க்க அறிவுரை கூறுகிறான்.

இந்த மக்கள் வெள்ளத்தால் தமிழ்ச்செல்வனுக்கு என்ன பயன்? அவர்களெல்லாம் அவனுடைய அரசியல் ஆட்டத்தில் வெறும் பகடைக்காய்கள்தான் என்று குறிக்கும்பொழுது படத்தில் தமிழ்ச்செல்வனின் சித்தாந்தக் கொள்கைகள் பின் தள்ளப்பட்டு அவனுடைய சுயநலமும் பதவிவெறியும்

முன்வைக்கப்படுகின்றன. இதைப் பல தடமாற்றங்களும் நிலை நிறுத்துகின்றன. ‘உடல் மண்ணுக்கு உயிர் தமிழுக்கு’ தமிழக மக்கள் பரவலாக 1960களில் இந்தி எதிர்ப்புப் போராட்டத்தில் பயன்படுத்திய முழக்கம். ஆனால் இந்த முழக்கத்தை ஒரு திரைப்பட பாடலுக்காகத் தமிழ்ச்செல்வன் எழுதும்பொழுது தமிழ்ச்செல்வனுக்கும் (கலைஞருக்கும்) இந்தி எதிர்ப்புப் போராட்டத்திற்கும் உள்ள சித்தாந்த, அரசியல்ரீதியான தொடர்பு துண்டிக்கப்படுகிறது. தமிழ்ச்செல்வனின் சித்தாந்தக் கொள்கைகளைத் தெளிவுபடுத்தக்கூடிய அம்சங்கள் இந்தப் படத்தில் ஒரு சில இருந்தாலும் அவை அவனிடமிருக்கும் மிகையான மோகத்தால் தடமாற்றம் செய்யப்படுகின்றன. இந்தப் படத்தில் திராவிட இயக்கத்தின் சரித்திரத்திலிருந்து காட்டப்படும் ஒரே ஒரு போராட்டம் கல்லக்குடி ரயில் மறியல் மட்டும்தான். இது டால்மியாபுரத்தைக் கல்லக்குடியாக மாற்ற வேண்டும் என்பதற்காக நடத்தப்பட்ட போராட்டம். படத்தில் ஏனோ அது ஒடுக்கப்பட்ட ஜாதிகளின் முன்னேற்றத்திற்காக நடத்தப்படும் ஒன்றாக முன்வைக்கப்படுகிறது. ஆனால் இந்தப் போராட்டமும் தமிழ்ச்செல்வன் செந்தாமரை (அவனுடைய வருங்காலக் காதலி) மீது செலுத்தும் கவனத்தின்வழியாக உடனடியாகக் கைவிடப்பட்டு, பார்வையாளர்களின் கவனமும் தடம்புரண்டு அவள்மேல் செலுத்தப்படுகிறது. மேலும் தமிழ்ச்செல்வன் – செந்தாமரையின் இந்தச் சிறிய சந்திப்பு/காதல் எப்படித் தன் கழகக் கண்மணிகளை முடுக்கிவிட்டு அவளைப்பற்றிய எல்லா விவரங்களையும் அவனால் அறிய முடிந்தது என்று தமிழ்ச்செல்வன் அவளிடம் கூறிய பின்தான் பூர்த்தியடைகிறது. மொத்தத்தில் படம் தமிழ்ச்செல்வனின் மோகமிகைகளில் செலுத்தும் கவனத்தை அவனுடைய அரசியலின்மீது செலுத்தாமல் அவனுக்கு அளித்த அடிப்படைக் குறையின்வழியாக மக்களுக்கும் அவனுக்கும் உள்ள தொடர்பை மேற்கூறிய யுக்திகளால் துண்டித்துவிடுகிறது.

இருவர் படத்தின் மையமாக அமையும் பாத்திரம் (கதாநாயகன்) ஆனந்தன். உலகை வியந்துபார்த்தபடி அன்னையின் மடியில் அமர்ந்து ரயிலில் பயணித்துவரும் சிறுவனாக இவனை அறிமுகப்படுத்தித் துவங்கும் படம் இறுதி ஊர்வலத்தில் தேசியக் கொடி போர்த்தப்பட்டு மக்கள் கூட்டத்தில் மிதந்து செல்வதோடு முடிகிறது. இடையில் சொல்லப்படும் கதை அவனுடைய ஏழ்மை, இரக்கம், கள்ளங்கபடமற்ற வெள்ளை மனம் பற்றியது.

தமிழ்ச்செல்வனைப் போலன்றி ஆனந்தனின் குறைகளே அவனை ஒரு நிறைவான மனிதனாக்குகின்றன. பல

இழப்புகளைச் சந்தித்தவனாக அவனைச் சித்தரிக்கிறது இப்படம். முதல் கட்டத்தில் அவன் மிகவும் எதிர்பார்க்கும் வேலையையும் வாய்ப்பையும் இழக்கிறான். உடனடியாகத் தன் அருமை மனைவி புஷ்பாவையும் இழக்கிறான். திரைப்படத் துறையில் கொடிகட்டிப் பறக்கும்பொழுது ஒரு சக நடிகரால் சுடப்பட்டுக் கிட்டத்தட்ட தன் உயிரையே இழக்கிறான். பின்பு மந்திரி பதவி மறுக்கப்பட்டு கட்சியிலிருந்து நீக்கப்படுகிறான். இறுதியாக, தான் உயிருக்குயிராக நேசிக்கும் தன் மனைவியின் சாயலை உடைய கல்பனாவை இழக்கிறான். ஆனந்தன் வரிசையாக எதிர்கொள்ளும் இந்த இழப்புகள் (படிப்பறிவு உட்பட) அவனுடைய குறைகளாகாமல் அவனுடைய குழந்தை உள்ளம், இரக்கக் குணம் போன்ற மிகைகளுக்கு அடித்தளமாகின்றன. உதாரணத்திற்கு ஆனந்தனின் முதல் சொற்பொழிவைக் குறிப்பிடலாம். அதில் தமிழ்ச்செல்வனைச் சுட்டிக்காட்டி அவனைப்போல் தன்னால் கவிதைநடையில் பேச முடியாது; ஆனால் மனதில் உள்ளதை உள்ளபடி கூறமுடியும் என்று ஆனந்தன் கூறுகிறான். அதேபோல அரசியலில் சேர்ந்துவிட்டாலும் பதவி ஆசையென்பது ஆனந்தனுக்குக் கிடையாது. அப்படியே அவன் பதவியை நாடினாலும் அதை அவனாகவே ஆசைப்படவில்லை. கல்பனா ஆசைப்பட்டதால்தான் அவனும் அமைச்சராக விரும்புகிறான். தமிழ்ச்செல்வன் ஆனந்தனுக்கு அப்பதவியைத் தர மறுக்கும்பொழுது அவனுடைய சகாக்கள் தமிழ்ச்செல்வனை ஏச, ஆனந்தன் அவர்களைக் கண்டனம்செய்து தனது காரிலிருந்து இறக்கி விட்டுவிடுகிறான். எல்லாவற்றிற்கும் மேலாக, பதவிக்கு வந்தபின் மறியல் செய்ததற்காகத் தமிழ்ச்செல்வனைக் கைது செய்யும்பொழுது அதை ஒரு அரசியல் வெற்றியாகக் கொண்டாடாமல் ஒரு நண்பனுக்காகக் கவலையடைந்து வருந்துகிறான். மேலும் தமிழ்ச்செல்வனின் பெண் சகவாசம்போல் அல்லாமல் ஆனந்தனுடைய உறவுகள் யாவும் இயல்பாகவும் இயற்கையாகவும் அமைகின்றன. ஆனந்தனின் மனைவி புஷ்பா அவனுடைய அன்னையால் தேர்ந்தெடுக்கப்படும் மருமகள். ஆக இங்கு அன்னையின் ஆசைக்கு, ஆணைக்கு அடிபணிகிறான் ஆனந்தன். புஷ்பாவை இழந்தபிறகு, தாய்மாமனால் கொடுமைப்படுத்தப்பட்டு பாலியல் வன்முறைக்கு உட்படுத்தப்பட்டவளுக்கு அடைக்கலம் தருவதற்காக சகநடிகையை மணக்கிறான். மொத்தத்தில் ஆனந்தனை (எம்ஜிஆரை) வேலுத்தம்பி, தமிழ்ச்செல்வனுக்கு எதிராக – அடிப்படையில் ஒரு நேர்மையான, உன்னதமான மனிதனாக – முன்நிறுத்த மேற்கூறிய குறிகள் உதவுவதுடன் எம்ஜிஆரின் பிம்பத்திற்கும் எம்ஜிஆர் என்ற தனிமனிதனுக்கும் சரித்திரரீதியாக உள்ள வித்தியாசங்களை மழுங்கடிக்கவும் பயன்படுகின்றன.

இப்படத்தின் ஒரு பிரதான பாத்திரம் கல்பனா (ஜெயலலிதா). இவள் ஆனந்தனின் மொத்த ஆசைகளின் மையம். அவளை ஆனந்தன் முதலில் திரையில் தோன்றும் ஒரு பிம்பமாகத்தான் பார்க்கிறான். பிறகு ஆனந்தன், அவள் முகக் கண்ணாடியில் சிறைப்பட்டு, அவள் கண்களில் அவன் சிறைப்படுவதைச் சித்தரிக்கும் காட்சியே அவர்கள் இருவரும் முதலாவதாக மிகவும் நெருங்கிவரும் நேரம். கல்பனாவுக்கும் புஷ்பாவுக்கும் உள்ள இடைவெளியைக் குறைக்க, படத்தில் ஒரே நடிகை (ஐஸ்வர்யா ராய்) பயன்படுத்தப்பட்டாலும் கதையில் அவர்களுக்குள்ள இடைவெளியைக் குறைக்க கல்பனா புஷ்பாவின் உடலில் உள்ளதுபோல் பொய் மச்சம் வைத்துக்கொள்கிறாள். ஆனால் புஷ்பாவைப்போல ஒரு மரபு வகை மங்கையாக இருக்க கல்பனாவுக்குத் தெரியவில்லை. குழந்தைத்தனமான வெகுளியான புஷ்பாவைப்போல் அல்லாமல், கல்பனா (ஆங்கில) படிப்பறிவுள்ளவள், புத்திக்கூர்மையுள்ளவள், தைரியசாலி, எதிர்த்துக் கேள்விகள் கேட்கக்கூடியவள். மேலும் ஆனந்தனின் அரசியல் இலக்கை உருவாக்கி அதில் அவனை வெற்றிபெறத் தூண்டுபவள். ஆனால் கல்பனாவை இம்மாதிரியான குணங்களால் குறித்துவிட்டு பிறகு ஒரு சுயநலமற்ற சமூக சேவகியாக அவளை மீட்டெடுக்கும் முயற்சியில் படம் ஈடுபடுகிறது. அவளைத் திருமணம் செய்துகொள்வதாகக் கொடுத்த வாக்கிலிருந்து ஆனந்தன் தவற, படத்தில் கல்பனா தனிமைப்படுத்தப்படுகிறாள். இயற்கையின் சீற்றத்தினால் பாதிக்கப்பட்ட மக்களைப் பார்க்க ஆனந்தன் வருமிடத்தில் மீண்டும் அவர்கள் சந்திக்க நேர்கிறது. வெள்ளை உடை அணிந்து கல்பனா பாதிக்கப்பட்டவர்களுக்குப் பணிவிடை செய்துகொண்டிருப்பதை ஆனந்தன் பார்க்க, அவளை மறுபடியும் தன்னிடம் அழைத்து வரும்படிச் சொல்கிறான். வரும்வழியில் ஏற்படும் விபத்தில் ஆனந்தன் மீண்டும் இழக்கும் பொருளாகக் கல்பனா அமைகிறாள். இப்படி இருமுறை இழக்கப்பட்ட புஷ்பா, கல்பனா இறுதியாக அவனுடைய மதிப்புக்கும் மரியாதைக்கும் பக்திக்கும் உரிய பொருளாக மீட்டெடுக்கப்படுகிறாள்.

ஆனந்தன், தமிழ்ச்செல்வன் என்ற இருவரைப் பற்றித்தான் இந்தப் படம் கதை சொல்கிறது என்று பறைசாற்றினாலும் அவ்வப்பொழுது இந்தக் கதைக்கு மக்கள் தேவைப்படுகின்றனர். ஆனால் அவர்கள் மும்முரமாக அரசியலில் ஈடுபடும் ஜீவன்களாக அல்லாமல் ஒரு சுயநிர்ணயமற்ற ஆட்டுமந்தைகளாகவும் பின்தளக் கைப் பொருள்களாகவும் *(background props)* சித்திரிக்கப்படுகின்றனர். இந்த மக்கள் கூட்டம் ஒரு ஒருமிக்கப்பட்ட அமைப்பு *(condensed ensemble)* என்பதால் ஒன்றுக்கு ஒன்று முரணாக அவர்களுடன்

அந்த இருவருக்கும் உள்ள தொடர்பு பிரதிபலிக்கப்படுகிறது. அவர்கள் எப்பொழுதும் இயல்பாகவே ஆனந்தனை ஆர்வத்தோடு நெருங்குகின்றனர். தமிழ்ச்செல்வனைப் பொறுத்தவரை அவன் இந்த மக்கள் கூட்டத்திலிருந்து அந்நியப்படுத்திக் காட்டப்படுகிறான். மேலும் அவனுடைய சொற்பொழிவுகளெல்லாமே மேடையிலிருந்து– அதாவது ஒரு அதிகாரத் தளத்தில் நின்று –கீழிருக்கும் மக்களை நோக்கிப் பேசும் ஒரு செயல். இதற்கு மாறாக ஆனந்தன் முதன்முதலாக எதிர்க்கட்சி ஆரம்பித்து மக்களிடம் பேசும்பொழுது அவன் மரத்தடியில் நின்று பேச அவனைச் சுற்றிக் குழுமியிருக்கும் ஒரு அந்நியோன்யக்குழுபோல் அங்கிருக்கும் மக்கள் தோன்றுகின்றனர். மொத்தத்தில் திராவிட இயக்கத்தில் மக்கள் ஆற்றிய பங்கு *இருவரில்* ஒடுக்கப்படும்பொழுது அந்தப் படத்தின் சித்தாந்த இலக்குகளும் அரசியல் பார்வையும் வெட்ட வெளிச்சமாகின்றன. இந்தி எதிர்ப்புப் போராட்டத்தில் இறந்தவர்கள் சாதாரண மக்கள் மற்றும் தொண்டர்கள் என்பதை நாம் இங்கு மறந்துவிடக் கூடாது. ஆனால் மக்கள் கூட்டம் தனியாக ஆர்வத்துடன் எந்தத் தலைவர்களுமில்லாமல் இந்தியச் சுதந்திரத்தை மட்டும் இப்படத்தில் இரயில்வே ஸ்டேஷனில் கொண்டாடுகிறது. ஏனோ தேசியத்திற்கு மட்டும் மக்களின் சுயநிர்ணயம் தேவைப்படுவதை இங்கு நாம் கவனிக்க வேண்டும்.

3

மேற்கூறிய ஒருமித்தல்கள் மற்றும் தடமாற்றங்களின் வழியாகத்தான் இந்தப் படம் தனது சித்தாந்தத் திட்டத்தை அமைத்துக்கொள்கிறது. இதில் ஆனந்தன் (எம்ஜிஆர்) வருங்காலக் கனவுகளை நோக்கி ஆசையுடனும் ஆர்வத்துடனும் பயணிக்கும் ஒருவனாகத் துவங்கி இறுதியில் மக்கள் கூட்டத்தின் மதிப்புக்கும் மரியாதைக்கும் பக்திக்கும் உரிய பொருளாக மாறுகின்றான். இதேபோல் 'ஹல்லோ மிஸ்டர் எதிர்கட்சி' என்று எடுத்த உடனேயே ஆனந்தனை வரையறுத்து அவனுடைய ஆசைப்பொருளாக உருவெடுக்கும் கல்பனாவும் (ஜெயலலிதாவும்) இறுதியில் அவனுடைய மதிப்புக்கும் மரியாதைக்கும் பக்திக்கும் உரிய பொருளாக மாறுகிறாள். இதற்கு மாறாக அறிவுஜீவியாகவும் சுயநலக்காரனாகவும் அதிகார வெறியனாகவும் உரு வெடுக்கும் தமிழ்ச்செல்வன் (கருணாநிதி) இறுதியில் பார்வையாளர்களின் பரிதாபத்திற்குரிய பொருளாக மாற, இருவரின் சித்தாந்தத் தளத்தை *ரோஜா* மற்றும் *பம்பாய்* போல, தேசியவாதம்தான் முழுமைப்படுத்துகிறது. கதர் வேட்டி, கதர் சட்டை, உருத்திராட்ச மாலையுடன் தோன்றும் ஆனந்தன் இறுதியில் தேசியக் கொடி போர்த்திய பூத

உடலாகப் பவனி வருகின்றான். இது மட்டுமில்லாமல் படத்தின் மையக்குறியாகத் தோன்றும் ஆனந்தன் ஒரு கட்டத்தில் தன் மனைவி புஷ்பா இறந்துவிட்ட செய்தியை அறிந்ததும் இரயிலில் ஊருக்குச் செல்கிறான். இரயில் நிலையத்தில் நுழையும்பொழுது அங்கு மக்கள் கூட்டம் (தேசியவாதிகள்) பெரு மகிழ்ச்சியுடனும் ஆரவாரத்துடனும் இந்தியச் சுதந்திரத்தைக் கொண்டாடிக் கொண்டிருக்கின்றனர். ஆனந்தன் இரயிலைவிட்டு இறங்கியதும் புஷ்பாவின் தந்தை நடந்துமுடிந்த சோகக்கதையைப் பற்றி அவனிடம் பேசிக் கொண்டிருக்கும்பொழுது ஒரு சிறுவன் மிகவும் துடிப்பாக அங்கு வந்து ஆனந்தனின் சட்டையில் தேசியக் கொடியைக் குத்துகிறான். இதை ஆனந்தன் அவன் இருக்கும் துயர நிலையிலும்கூட எந்த அருவருப்புக்கும் இடையூறுக்கும் ஆளாகாமல், அந்தச் செய்கையை எந்தக் கோபத்திற்கும் உட்பட்டுத் தடுக்காமலும் முழுமையாகக் கவனிக்காமலும் இருந்து விட்டாலும், பார்வையாளர்களான நம்முடைய கவனத்தை அந்த தேசியக்கொடிக்குத் திட்டவட்டமாக ஈர்க்கும் செயலில் அந்தக் காட்சி அமைந்துள்ளது. இதற்கு அடுத்தகாட்சியில், ஆனந்தன் புஷ்பாவின் சமாதியில் புரண்டு கதறும்பொழுது அதை காமிரா நமக்கு *low angle*ல் காண்பிக்க, முன்தளத்தில் புரண்டு கதறும் ஆனந்தனின் சட்டையில் குத்தப்பட்டிருக்கும் தேசியக்கொடியை நம்மால் பார்க்காமல் இருக்க முடியவில்லை. படத்தில் இவையெல்லாம் இயல்பான, இயற்கையான காட்சிகளாகக் காண்பிக்கப்பட்டாலும், இங்கு மட்டும் சுயநிர்ணயமுள்ள தேசிய மக்கள் தோன்றுவதாலும், தேசியக் கொடி வலியுறுத்தப்படுவதாலும், மேலும் வாழ்க்கையை ஒரு தன்னலமற்ற கதர் அணிந்த தேசியவாதியாகத் துவங்கும் ஆனந்தன் தேசியக் கொடியினால் போர்த்தப்படுவதாலும் தேசியவாதம்தான் இந்தப் படத்தின் சித்தாந்தத்தை முழுமையப்படுத்துவதாக அமைகிறது. இதனால் ஆனந்தன் தயக்கத்துடன் வேலுத்தம்பி மற்றும் தமிழ்ச்செல்வனின் இயக்கத்தில் முதலில் கலந்துகொள்வது ஒரு பிழையாக மாறுகிறது. ஆனால் மேற்கூறிய இரண்டு காட்சிகளிலும் ஆனந்தனுடன் வரும் தமிழ்ச்செல்வன் கறுப்புச்சட்டை அணிந்திருப்பதாலேயே அவனுக்கு மட்டும் அந்தச் சிறுவன் தேசியக்கொடியைக் குத்திவிட மறந்துவிடும்பொழுது எந்த அரசியலை இந்தப்படம் இதுவரை ஒடுக்கிவந்ததோ அது அங்கே தலைதூக்குகிறது.

கறுப்புச் சட்டைமேல் மூவர்ண தேசியக் கொடியைக் குத்த முடியாவிட்டாலும் பல முரண்களை ஒன்று சேர்க்கும் முயற்சியில் *இருவர்* தனது சித்தாந்தத் தளத்திற்குள் தமிழ்ச்செல்வனையும் இழுக்கின்றது. இறுதிக்கட்டத்தில் தமிழ்ச்செல்வனை, ஆனந்தனின் இறப்பைத் தாங்கமுடியாத, ஒரு

இணைபிரியா நண்பனாகப் புலம்புவதைச் சித்தரிக்கும்போது இந்த முயற்சி பூர்த்தியாகிறது. இங்கு தன்னைத்தானே நிந்தித்துக்கொள்ளுவதுபோல் ஒரு நீண்ட இரங்கற்பாவைப் பாடுகிறான் தமிழ்ச்செல்வன். ஆனால் அவ்வாறு அவன் புலம்பும்பொழுது இதுவரை அவனுக்கும் ஆனந்தனுக்கும் உள்ள முரண்கள் எல்லாவற்றையும் மறந்ததுபோல 'நண்பா, நம் கோட்டைகளோ வெவ்வேறு... ஆனால் கொள்கைகள் ஒன்றுதானே' என்று கூறிப் புலம்புகிறான். படத்தில் பல இடங்களில் ஆனந்தனை ஏழைப் பங்காளனாகவும் தேசியவாதி யாகவும் மதப்பற்றுள்ளவனாகவும், தமிழ்ச்செல்வனைத் தமிழ்ப்பற்றுடையவனாகவும் பகுத்தறிவாளனாகவும் நாஸ்திகனாகவும் காண்பித்துவிட்டு இறுதியில் எல்லாவற்றையும் திருப்பிப்போட்டு இந்த இருவருடைய கொள்கைளும் அடிப்படையில் ஒன்றுதான் என்று போகிறபோக்கில் எப்படி முற்றுப்புள்ளி வைக்கமுடியும்? இங்கு எப்படியோ நட்பானது குறுகிய அரசியல் வேற்றுமைகளைத் தாண்டிவிட்டது என்ற கணக்குக்கு நாம் வரமுடியாது. ஒன்றோடொன்று சேர்க்கப்பட்டு ஒருமைப்படுத்தமுடியாத முரண்களை, அந்நியமாக்கப்பட்டு, தனிமைப்படுத்தப்பட்டு *(estranged and excluded other)* ஒடுக்கப்பட்ட மாற்றானான தமிழ்ச்செல்வன் தான் மிகுந்த ஆர்வத்துடனும் வலிமையான ஆதங்கத்துடனும் பின்பற்றிவந்த கொள்கைகளையெல்லாம் மேற்குறிப்பிட்ட இரங்கற்பாவின் வழியாகத் தன் வாயினாலேயே மறுப்பதின் மூலம் ஒன்றுசேர்க்க முயல்வதால் தமிழ்ச்செல்வனுக்கும் அவனுடைய சித்தாந்தத்திற்கும் அரசியலுக்கும் உள்ள கடைசித்தொடர்பும் துண்டிக்கப்பட்டு, அவனுடைய (திராவிட) இயக்கத்தின் அரசியலும் மௌனமாக்கப்பட்டு, புதைகுழியில் அழுத்தப்படுகிறது.

இனி *இருவர்* கடந்த நாற்பது ஆண்டுகளில் நடந்த நிகழ்வுகளின் பாகுபாடற்ற துல்லியமான ஒரு பிரதிபலிப்பா, எல்லாரும் போற்றிப் பாதுகாக்க வேண்டிய ஒரு உன்னதமான கலையா, சித்தாந்த ரீதியாகச் சரித்திரத்தையும் மக்களையும் திசைதிருப்ப உருவாக்கப்பட்ட நுகர்பொருளா என்ற கேள்விக்கான விடையை வாசகர்களிடமே விட்டு விடுகிறோம்.

தமிழில்: **வெங்கடேஷ் சக்கரவர்த்தி**

***காலச்சுவடு* இதழ் 19, அக். – டிச. 1997**

பின்னிணைப்புகள்

பின்னிணைப்பு 1

நூல் மதிப்புரை

நாஞ்சில் நாட்டில் வேளாண் மாற்றங்கள்

பத்தொன்பதாம் நூற்றாண்டின் பிற்பகுதியிலிருந்து இரண்டாம் உலகப்போரின் தொடக்கம் வரை நாஞ்சில் நாட்டு வேளாண் மாற்றங்களை அரசியல் பொருளாதார நோக்கிலிருந்து இந்நூல் ஆராய்கிறது. இவ்வாய்வுக்குத் தொடக்கப் புள்ளியாக அமைவது, 1960களில் நிகழ்ந்த பசுமைப் புரட்சியின் தோல்வியே ஆகும். பசுமைப் புரட்சி தோல்வியுற்றது ஏன் என்ற வினாவுக்கு இருவகை விடைகளை இருவேறு பிரிவினர் கிளத்தினர். முதல் பிரிவினர் புதிய வகை வேளாண் சாதனங்களைத் (புதிய வகை விதைகள், உரம், நீர்ப்பாசனப் பயன்பாடு முதலியன) தக்க வகையில் பயன்படுத்தாமையே காரணம் என்பர். இந்திய அரசாங்கத்தின் அதிகாரப்பூர்வமான நிலைப்பாடும் இதுவே. இதில் உள்ள சிக்கல் என்னவெனில், கிராமப்புறத்தில் நிலவும் உற்பத்தி உறவுகளை இது கணக்கில் எடுத்துக் கொள்ளவில்லை என்பதே. உற்பத்தி உறவுகள் பற்றிய இக்கேள்வியை எழுப்பியோர் விரிந்த அளவில் மார்க்சிய அரசியல் பொருளாதார நோக்குநிலை நின்று ஆய்ந்த உத்சா பட்நாயக், அசோக் ருத்திரா, அமித் பாதுரி, ஜாரியஸ் பானர்ஜி, அம்சா ஆலவி முதலான அறிஞர்களாவர். இந்திய வேளாண்மையில் நிலவும் அரை நிலவுடைமையை, உற்பத்தி உறவுகளின் காரணமாக நிலவுடைமையாளர்கள் வேளாண் உபரியை மேலும் உற்பத்தியை விரிவாக்குவதில் செலுத்தாமல், வட்டித் தொழிலிலும் வணிகத்திலும் ஈடுபடுத்தினர். மேலும்,

இதன்வாயிலாகக் கிராமப்புற ஏழை மக்கள் இவர்களது பிடிக்குள் சிக்கிக்கொண்டனர்.

இவ்விரண்டாம் பிரிவினரின் நிலைப்பாட்டினை அடிப்படையில் ஏற்றுக்கொள்கின்ற ம.சா.ச. பாண்டியன், அதில் உள்ள சில குறைபாடுகளைச் சீர்செய்ய முயல்கின்றார். முதலாவது இவ்விவாதத்தில் ஈடுபட்டோர் மார்க்ஸ், இலெனின் ஆகியோரின் நூல்களின் அடிப்படையில் அருவ நிலையில் விவாதித்தனரேயன்றி, இந்திய வேளாண்மையில் பருண்மையான யதார்த்தத்தை முழுவதுமாகக் கணக்கி லெடுத்துக் கொள்ளவில்லை; அவர்கள் பயன்படுத்திய புள்ளி விவரங்கள் ஒரு குறிப்பிட்ட காலப் பகுதி பற்றியது. (அதாவது வரலாற்று இயக்கத்தைக் காட்டக்கூடிய நெடுங்காலப் பகுதி ஆய்வுக்கு உட்படுத்தப்படவில்லை.) மேலும் உற்பத்தி முறைக்குக் கொடுக்கப்பட்ட முக்கியத்துவம் உற்பத்தி சக்திகளுக்கு வழங்கப்படவில்லை; முடிவாக, வேளாண் சமூக அமைப்பின் பிற பிரிவுகளுக்கு இடையிலான தொடர்புகளும் கணக்கில் எடுத்துக்கொள்ளப்படவில்லை.

இக்குறைபாடுகளை நீக்கும் முகமாகப் பாண்டியன், நாஞ்சில் நாட்டின் வேளாண்மையில் 1880 முதல் 1939 வரை ஏற்பட்ட மாற்றங்களை ஆய்வுசெய்கின்றார்.

இரண்டாம் இயலில், பத்தொன்பதாம் நூற்றாண்டின் பிற் பகுதியில் நாஞ்சில் நாட்டின் (கன்னியாகுமரி மாவட்டத்தில் தோவாளை, அகத்தீசுவரம் வட்டங்கள்) வேளாண்மை அமைப்பின் உற்பத்தி ஆற்றல்களை விளக்குகிறார். மழையளவு குறைவாகவும் சீரற்றதாகவும் இருந்தமையால், பிற நீர்ப்பாசன முறைகள் பயன்படுத்தப்பட்டன. திருவிதாங்கூர் சமத்தான அரசாங்கத்தின் மெத்தனப்போக்கின் காரணமாக இவை நன்னிலையில் இல்லை. இருப்பினும் விவசாயிகளின் கூட்டுறவு அமைப்புகளின் செயல்பாட்டின் காரணமாக, கிடைத்த நீர் செம்மையாகப் பயன்படுத்தப்பட்டது. மேலும், சுற்றியிருந்த காடுகள் கால்நடைகட்கு மேய்ச்சல் நிலமாகவும் தழை உரம், உழவுக் கருவிகள் ஆகியவற்றுக்கு விளைநிலமாகவும் விளங்கியதால் விவசாயிகள் ஓரளவுக்கு ஒப்பேற்ற முடிந்தது.

இக்காலப்பகுதியில், நாஞ்சில் நாட்டில் இருந்த சமூக வர்க்கங்கள் யாவை? சமூக உற்பத்தி அவர்களிடையே எவ்வாறு பங்கிடப்பட்டுள்ளது? திருவிதாங்கூர் அரசாங்கமும் கோயில்களும் நிலவுடைமையாளர்களும் தீர்வை, குத்தகை என்ற முறையில் விளைச்சலின் பெரும்பகுதியைக் கைப்பற்றினர். இதன்விளைவாக விவசாயிகள் இக்கட்டான நிலையில் இருந்தனர். இருப்பினும், வேளாண் அமைப்பு தன்னைத்தானே மறு உற்பத்தி செய்துகொள்வதற்குச் சிலமுறைகள் பயன்பட்டன. அவையாவன: (1) வறட்சி

முதலான சமயங்களில் கரிவு, தரிசு, நஞ்சை மேல் புஞ்சை ஆகிய வடிவங்களில் தீர்வைக் குறைப்புகள் வழங்கப்பட்டன (2) தீர்வை ஒரு பகுதி பணமாகவும் ஒரு பகுதி விளைவுகளாவும் கட்டவேண்டியிருந்தமையால், விவசாயிகள் சந்தைப் பொருளாதாரத்தில் முழுமையாகவும் இறங்க வேண்டிய தேவை ஏற்படவில்லை. மேலும், தீர்வை கட்டவேண்டிய காலம், விளைபொருட்கள் மிகக்குறைவான விலை கிடைக்கக் கூடிய அறுவடைக் காலமாக இல்லாததால், நல்ல விலை கிடைக்கக்கூடிய காலத்தில் விவசாயிகள் சந்தைக்குச் செல்ல இயன்றது. இவ்வகையில் வேளாண் அமைப்பு உடைந்து போகின்ற நிலை தவிர்க்கப்பட்டது.

ஆனால் இந்நூற்றாண்டின் தொடக்கத்தில், பிரித்தானிய காலனியாதிக்கத்தோடு திருவிதாங்கூர் சமத்தானப் பொருளாதாரம் இணைக்கப்பட்டதோடு நாஞ்சில் நாட்டு வேளாண்மைக்குக் கெட்டகாலம் தொடங்கியது. பிரித்தானிய காலனியாதிக்க அரசுக்கு நேரிடையாக இறை செலுத்த வேண்டிய கட்டாயம் திருவிதாங்கூருக்கு ஏற்பட்டதோடு, அதனுடைய ஏற்றுமதி, இறக்குமதி கொள்கையையும் பின்பற்ற வேண்டியது கட்டாயமாகியது. இறக்குமதிக்குச் சுங்க வரி விதிக்க இயலாததால் வருவாய் குறைந்தது. மேலும், அயல்நாட்டு மூலதனத்தோடு செய்யப்பட்ட தேயிலை, காப்பி, ரப்பர் தோட்டத் தொழிலும் திருவிதாங்கூரின் பொருளாதாரத்தைப் பாதித்தது. காடுகள் அழிக்கப்பட்டன. காடுகளில் விளைபொருள்களைப் பயன்படுத்தும் உரிமையை மக்கள் இழந்தனர். நல்ல விளைநிலங்களைத் தோட்ட முதலாளிகள் கைப்பற்றினர். மேலும், தோட்டத் தொழிலுக்கு உகந்தவகையில் மக்களின் வரிப்பணத்தைக் கொண்டு சாலை, தொடர்வண்டிப் போக்குவரத்து ஏற்படுத்தப்பட்டது.

இதன் விளைவாக அரசாங்கத்தின் வருவாய்த் தேவை மிகுதியாயிற்று. விவசாயிகள் மேலும் கசக்கிப் பிழியப் பட்டனர். கோதையாறு அணைக்கட்டு கட்டப்பட்டதால் விவசாயிகளின் வரிச்சுமைதான் அதிகமானது. நீர்ப் பாசனக் கூட்டுறவு அமைப்புகள் சிதிலமடைந்ததாலும், காடுகளின் விளைபொருள்களைப் பயன்படுத்துவது தடைசெய்யப்பட்டதாலும், புஞ்சை நிலங்கள் நஞ்சை நிலங்களாக்கப்பட்டதாலும் விவசாயிகளின் பாடு பெரும் படாயிற்று. எல்லாவற்றுக்கும் அவர்கள் சந்தையைச் சாரவேண்டியதாயிற்று. இதன்விளைவாக அவர்கள் ஈட்டிக்காரர்களின் பிடிக்குள் சிக்குவது தவிர்க்க இயலாத தாயிற்று.

மேலும், வரிமுழுவதும் பணமாகச் செலுத்த வேண்டும் என்ற விதி ஏற்பட்டது. அறுவடை முடிந்த உடனே அதனைச்

செலுத்த வேண்டியதுமாயிற்று. தீர்வைக்குறைப்பு முறைகளும் மாற்றப்பட்டன. இவற்றின் விளைவாக அரசாங்கத்தின் வருவாய் நிலைப்படுத்தப்பட்டதெனினும் அதன் மறுபுறம் விவசாயிகளின் நிலை கவலைக்கிடமாயிற்று. அவர்களின் கடன்சுமை மிகுந்தது. நிலங்கள் கடனில் மூழ்கின. வேளாண்மைத் தொழில்நுட்பமும் உற்பத்தி சக்திகளும் தேக்கமடைந்தன.

இவ்வாறு காலனியாதிக்கத்தின் வரவால் நாஞ்சில் நாட்டின் வேளாண்மை அமைப்பு சிதிலமுற்றது. இதனைத் தக்க ஆதாரங்களோடு பாண்டியன் விளக்கியுள்ளார். பொருளாதார நிபுணர்களிடம் அதிகம் காணப்படாத வரலாற்று நோக்கு நூல் நெடுகவும் இழையோடுகின்றது. மேலும், ஆவலைத் தூண்டும்வண்ணம் விறுவிறுப்பான நடையிலும் நூல் எழுதப்பட்டுள்ளது. தமிழ்நாட்டின் பிற பகுதிகளைப் பற்றி எழுதுவதற்கு இந்நூலை முன்மாதிரியாகக் கொள்ளலாம்.

The Political Economic of Agrarion Change in Nanchilnadu, M.S.S.Pandian, Sage Publication, New Delhi, Rs.195.

ஆ.இரா.வேங்கடாசலபதி

காலச்சுவடு இதழ் 21, ஏப்.—ஜூன் 1998

பின்னிணைப்பு 2

இதழ் அறிமுகம்

South Indian Studies
ஓர் ஆய்வு

'தென்னிந்திய ஆய்வுகள்' என்ற இந்த அரையாண்டு ஆராய்ச்சி இதழ் எம்.எஸ்.எஸ். பாண்டியனின் ஆசிரியப் பொறுப்பில் மிகவும் அழகுற அச்சிடப்பெற்று வெளிவந்துள்ளது. முதல் இதழில் (ஜனவரி – ஜூன், 1996) 5 ஆய்வுக் கட்டுரைகள், ஒரு மதிப்பீட்டுக் கட்டுரை, 6 நூல் மதிப்புரைகள் இடம்பெற்றுள்ளன.

இந்திய வரலாறு காவிரிக் கரையிலிருந்து தொடங்க வேண்டும் என்ற குரல் அவ்வப்போது ஒலிப்பதுண்டு. சிந்து நதியும் கங்கை நதியும் தருகிற அளவுக்கு வரலாற்றுச் சான்றுகளைக் காவிரி நதி தராததால் அது உரிய பங்கைப் பெறவில்லை என அதற்கு எதிர்க்குரலும் எழுவதுண்டு. இதன் வன்மை மென்மைகளைக் கருத்தில்கொண்டு, இந்திய வரலாற்றில் தென்னிந்தியாவின் இடம்பற்றிய அறிவியல் வழிபட்ட ஆய்வை மேற்கொள்வதும், அதற்கான தொரு ஆய்வுமுறையை உறுதி செய்வதும், புதைந்து கிடக்கும் பல செய்திகளை வெளிச்சத்துக்குக் கொண்டுவருவதும் இந்த இதழின் நோக்கங் களாகும். தேசம் – அரசு, தேசிய இனம், மொழி, பண்பாடு பற்றிய கருத்தாக்கங்களை இன்றைய சூழலை மையப்படுத்திப் புதிய கோணத்தில் பகுத்தாய்ந்து உண்மை காண்பதும் இதன் குறிக்கோளாகும்.

தென்னிந்தியா குறித்த பலதுறை ஆய்வுகள் அண்மைக்காலத்தில் முழுவீச்சுடன் நடந்து வரப் பார்க்கிறோம். இர்ஷிக், டேவிட் சுல்மன்,

ஹார்டுகிரோவ், ஃபூலர், கராஷிமா, எமனோ, பர்ரோ, பட்டாச்சார்யா, கமில் சுவலபில், ப்ரெஸ்லர், சலத்தோர், ஃபிரிகென்பர்க், ஹார்மன், பர்ட்டன் ஸ்டெயின், ஹெல்மன், ஸ்டூவர்ட் பிளாக்பர்ன், ஃபிரட் கிளோத்தி, லூயி டுமோ, தாமஸ் ட்ரட்மன், ஃபிலிலியோசா, யான் கொண்டா, காத்தலின் கௌ, ஜார்ஜ் ஹார்ட், மாக் அல்வின், வாட்செக், ஓஃபிளே கார்தி, கினென்யோகும், ஹீராஸ், ஸ்பென்வர், சுப்பிரமணியன், சுப்பராயலு, சண்பகலட்சுமி, ஏ.கே. இராமாநுசன், மாசிலாமணி, ரொமிலா தாப்பர், சிவராச பிள்ளை, வசுதா நாராயணன், ஈ.சா. விசுவநாதன், நம்பி ஆரூரன், எம்.ஜி.எஸ். நாராயணன் என ஓர் அறிஞர் பட்டாளமே இந்த ஆய்வுகளில் ஈடுபட்டுப் பல உண்மைகளை வெளிப்படுத்தி வந்தது. இந்த ஒரு நலந்தரு ஆய்வுச் சூழலில் *South Indian Studies* வெளிவருதல் மிகவும் பொருத்தமாகும்; தேவையுமாகும்.

இந்த இதழில் உள்ள 5 ஆய்வுக் கட்டுரைகளில் 3 தமிழகம் பற்றியது; 1 கேரளம்; மற்றது கருநாடகம். *"Brahmin Temple Priests and Hindu Revivalism in Contemporary Tamilnadu"* *C.J.Fuller* (தற்காலத் தமிழகத்தில் பிராமணக் கோவில் குருக்களும் இந்து மத மீட்பும்) என்ற கட்டுரை மதுரை மீனாட்சி அம்மன் கோவில் குருக்கள்மார்தம் வாழ்வு பற்றி அரசியல், கல்வி, பொருளாதாரம் ஆகிய மூன்று கோணங்களில் ஆராய்கிறது. திராவிட இயக்கங்களின் மதம், கோவில்பற்றிய கருத்துகளில் காலப்போக்கில் ஏற்பட்ட மாற்றங்கள், குருக்கள்மார்தம் கல்வி மேம்பாடு, வெளிநாடுகள் சென்று வருதலால் கிடைத்த பொருளாதார உயர்வு முதலியவற்றை முக்கியத் தரவுகளாகக் கொண்டு இந்த ஆய்வு மேற்கொள்ளப்பட்டுள்ளது. சிறந்த கல்வியும் நல்ல திறமையும் உள்ள ஒரு குருக்கள் மாதம் ரூ. 15,000வரை சம்பாதிக்க முடிகிறது. வருமான உயர்வுக்குப் பல காரணிகள் உள்ளன. அவற்றுள் ஒன்று, வெளிநாட்டுப் பயணிகளின் 'தட்சணை'. இப்பொருளாதார உயர்வு காரணமாக இவர்கள் நகரிய நடுத்தர வர்க்கத்தினராகின்றனர். வேதாகமக் கல்லூரிகள், வேத – சாஸ்திரப் படிப்பு, இவற்றின் விளைவுகள் பற்றியும் கட்டுரை புள்ளிவிவரத்துடன் செய்திகளைத் தருகிறது. திமுக – அதிமுக அரசுகள் கொண்டு வந்த கோவில் தொடர்பான சட்டங்கள் (பரம்பரைக் குருக்கள் மரபை நீக்குதல், வேதாகமக் கல்லூரி தொடங்குதல், கோவில் கண்காணிப்பு – நிதிக் குழு அமைத்தல் முதலியன) வீரியத்துடன் செயல்படாத தன்மைக்கான காரணங்களையும் கட்டுரை விளக்குகிறது. அயோத்தி பிரச்சினையால் ஏற்பட்ட விளைவுகளையும் மதநல்லிணக்கத் தேவையையும் பற்றிக் கூறுகிற கட்டுரை,

தமிழகத்தில் மதச் சகிப்புத்தன்மை குறைந்தும் வடமொழி ஆர்வம் மிகுந்தும் காணப்படுவதையும் சுட்டுகிறது. திராவிட முழக்கம் கேட்ட தமிழகத்தில் கடந்த சில ஆண்டுகளாக இந்துத்துவம் முழங்குவதையும் ஆசிரியர் கோடிட்டுக் காட்டுகிறார். ஓரளவு மனவுறுதி குலைந்தவர்களாகத் தொடக்கத்தில் தென்பட்ட குருக்கள்மார் தற்போது 'நம்பிக்கையும் வாழ்வுறுதியும்' கொண்டு விளங்குவதையும் இவ்வாய்வில் கடந்த 20 ஆண்டுகளாக ஈடுபட்டுவரும் ஃபுல்லர் குறிக்கத் தவறவில்லை.

இரண்டாவது கட்டுரை வின்சென்ட் குமாரதாஸ் எழுதிய *'Negotiating Colonial Christianity: The Hindu Christian Church of Late Nineteenth Century Tirunelveli'*(குடியேறிய கிறித்தவத்துடன் ஒப்பந்தம்: 19ஆம் நூற்றாண்டின் இறுதியில் திருநெல்வேலி இந்து கிறிஸ்துவத் தேவலாயம்) என்பதாகும். 16ஆம் நூற்றாண்டில் போர்த்துக்கீசியர் பரதவர்களைக் கிறிஸ்தவராக்கினர். 18ஆம் நூற்றாண்டின் இடையில் சாணார்கள் (நாடார்கள்) புராட்டஸ்டான்ட் மதத்தைத் தழுவினர். 'டேவிட்' எனப் பெயர்பூண்ட சுந்தரம்தான் இப்பகுதியில் முதலாவது புராட்டஸ்டான்ட் என்று கால்டுவெலின் 'திருநெல்வேலி சரித்திரம்' கூறுகிறது. குமாரதாஸ் தன் கட்டுரையில், மதம் மாறினாலும் சாணார்களின் வாழ்வும் சமூகநிலையும் மாறவில்லை; புதிய மதத்திலும் அவர்கள் கீழ்நிலையில் வைக்கப்பட்டனர்; அதன் எதிர்ப்பாகவே 'இந்து தேவாலயம்' பிரகாசபுரத்தில் 1857இல் நிறுவப்பட்டது; கிறிஸ்துவத்தைத் தன்னியல்பாக்கும் *(Indigenisation of Christianity)* போக்கு அன்று தொடங்கிற்று என்பனவற்றைக் காலமுறைப்படி உரிய சான்றுகளுடன் விளக்குகிறார். இந்தப் போக்கைத் தொடங்கியவர் அருமைநாயகம் என்னும் சட்டாம்பிள்ளை ஆவார். 1824இல் பிறந்த அருமைநாயகம் ஆங்கிலம், சமஸ்கிருதம், ஹீப்ரு, கிரேக்கம், லத்தீன் மொழிகளில் தேர்ச்சிபெற்றார், பல நூல்களை எழுதினார். மதம் மாறிய தமிழர் குறித்த ஐரோப்பியக் கிறித்தவக் குருமார் சிலரின் தவறான மன உணர்வு காரணமாகக் கிளர்ச்சி செய்து, இந்து கிறிஸ்தவத் தேவாலயத்தை நிறுவி 2500 உறுப்பினர்களைச் சேர்த்தார் என்ற வரலாறு இக்கட்டுரை வழி வெளிப்படுகிறது. இந்து மத அமைப்பில் ஓரம் கட்டப்பட்டிருந்த சாணார்கள் கிறித்தவ அமைப்பிலும் விடிவு காணமுடியாத காரணத்தால் கிறிஸ்தவத்தை இந்தியமயமாக்கும் போக்கை மேற்கொண்டு வெற்றியும் கண்டனர். எழுச்சி பெற்றுவந்த இந்தியத் தேசிய உணர்வு சாணார்களின் மதமாற்றத்தை எவ்வாறு கணித்தது, அதை அருமைநாயகமும் மற்றவர்களும் எவ்வாறு எதிர் கொண்டனர் என்பதையும் கட்டுரையாளர் தெளிவுபடுத்துகிறார்.

நான்காவதாகவுள்ள ரவீந்திரனின் கட்டுரை திராவிட இயக்கம் பற்றியது. மிகவும் கவனத்தில்கொள்ள வேண்டிய கட்டுரை இது. "The Unanticipated Legacy of Robert Caldwell and the Dravidian Movement" (திராவிட இயக்கமும் ராபர்ட் கால்டுவெலின் எதிர்பாராத கொடையும்) என்ற இக்கட்டுரை தமிழில் கால்டுவெல் பற்றிய ஒரு நல்ல ஆய்வு நூல் இல்லாக் குறையைச் சுட்டுவதோடு, அவ்வகை நூலின் உடனடித் தேவை குறித்த ஏக்கத்தையும் ஏற்படுத்துகிறது. 'திராவிட மொழிகளின் ஒப்பிலக்கணம்' எழுதிய கால்டுவெலின் வேறு சில படைப்புகள் பற்றியும் இக்கட்டுரை குறிப்பிடுகிறது. கால்டுவெலின் மதத் தொண்டு தமிழ்த் தொண்டோடு இணைந்து செயல்பட்ட விதம் தெளிவுபடுத்தப்படுகிறது. அறுநூறு கிறிஸ்தவர்கள் இருந்த பகுதியில் லட்சம் கிறிஸ்தவர்கள் உண்டாக்கிய சாதனை; பைபிள், இறைவழிபாட்டு நூல்களின் தமிழாக்கத்தைச் சீர்படுத்தியது; திருநெல்வேலியை மையமாக வைத்து வரலாற்று நூல்கள் எழுதியது; கிறிஸ்தவ மத வளர்ச்சியோடு இந்திய மொழிகளை இணைத்து ஆராய்ந்தது; பள்ளிகள் நடத்தியது – கால்டுவெலின் அளப்பரிய பணிகள். எல்லாவற்றுக்கும் மேலானது தமிழின் தனித்தன்மையை, திராவிடர்களின் தனிப் பண்பாட்டை அறிவியல் பூர்வமாக அவர் வெளிப்படுத்தியதுதான். கடந்த 50 ஆண்டு காலத் தமிழக அரசியலில் இது பெரும் பாதிப்பை ஏற்படுத்தும் என அவர் அன்று எதிர்பார்த்திருக்கமாட்டார். திராவிட இயக்கம், தனித்தமிழ் இயக்கம், சைவ சமய மேன்மை– இவற்றின் ஊற்றுக்கண் கால்டுவெலின் கருத்துகள்தாம். கால்டுவெலின் வரலாற்றுச் சுருக்கமாகச் சொல்லுவதன் வழி அவரது இந்த 'எதிர்பாராக் கொடையை/பங்களிப்பை' ரவீந்திரன் வெளிப்படுத்துகிறார். கால்டுவெல் *'Dravidian'* என்ற சொல்லை ஆக்கி, அதன் வழித் தென்னிந்திய மொழிகளையும் மக்களையும் குறிக்கிறார் என்கிற ஆசிரியர் கூற்று சரியன்று. கால்டுவெலுக்கு முன்பே 'திராவிட' என்கிற சொல் தென்னிந்தியர்களை/தென் மொழிகளைக் குறிக்கப் பயன்படுத்தப்பட்டுள்ளது. குமரிலபட்டர் (கி.பி. 7ஆம் நூற்றாண்டு) 'திராவிட பாஷைகள்' பற்றிக் குறிப்பிடுகிறார். *(tādāyāthā drāvidādi bhāsāyām eva . . . So in the Dravidia and other languages).* மனுஸ்மிருதியில் திராவிட இனம் பற்றிய குறிப்புண்டு. கிரியர்சன் *(Linguistic Survey of India. Vol.1)* தனக்குத் தெரிந்தமட்டில் ஹாட்சன் *(Dr. Hodgson)* என்பவர்தான் *'Dravidian'* என்ற சொல்லை முதன்முதலாகத் தென்னிந்திய மொழிகளை குறிக்கப் பயன்படுத்தியதாகக் கூறுகிறார். 1816இல் வெளியான *A.D.Campbell* இன் தெலுங்கு மொழி இலக்கண நூல் முன்னுரையில் எல்லீஸ் என்பார் தமிழ், தெலுங்கு, கன்னடம், மலையாளம், துளு, குடகு, 'மால்டோ முதலிய மொழிகளைத் தென்னிந்திய மொழிகள்'

(Dialects of South India) என்று குறிக்கிறார். சமஸ்கிருதம் தொடர்பாக நூல் எழுதிய ஆசிரியர்களும் திராவிட என்ற சொல்லை இனம்/மொழி தொடர்பாகக் குறித்தனர். 1854 வரை இது தொடர்கிறது. எனவே, 'Caldwell coined the term' என்று சொல்லுவதைவிட, அவரே கூறுவதுபோல, "The word I have chosen is Dravidan from Dravida, the adjectival form of Dravida" என்பது பொருந்தும். எனினும் இந்தச் சொல்லை – 'திராவிட' என்ற சொல்லை – வரையறுத்த பொருளில், பயன்படுத்தி உலகெங்கும் பரவச்செய்த பெருமைக்குரியவர் கால்டுவெல் என்பதில் இரண்டாவது கருத்துக்கு இடமில்லை. இவரது சில மொழியியல் கருத்துக்களும் முடிவுகளும் பின்வந்த ஆய்வுகளில் விரிவாக விவாதிக்கப்பட்டு மாற்றமும் தெளிவும் பெற்றுள்ளன. (எமனோ, பர்ரோ, கிருஷ்ணமூர்த்தி.) தென்னகக் கிறிஸ்தவத் தொண்டர்களின் பணியைத் திராவிட இயக்கச் சித்தாந்த வளர்ச்சியோடு ஒப்பிட்டு ஆராய வேண்டியதன் தேவையை இக்கட்டுரை வற்புறுத்துகிறது.

The Missing Male: The Female Figures of Ravi Varma and the Concepts of Family, Marriage and Fatherhood in Nineteenth Century Kerala (விடுபட்ட ஆண்: 19ஆம் நூற்றாண்டு கேரளத்தில் நிலவிய குடும்பம், திருமணம், தந்தைமுறை பற்றி கருத்தமைவுகளும் ரவிவர்மாவின் பெண்ணோவியங்களும்) என்ற கட்டுரையில் தாய்வழிச் சமூக அமைப்பு, மெல்லமெல்லத் தந்தைவழிச் சமூக அமைப்பாகக் கேரளத்தில் மாறிவந்த சூழ்நிலையை ரவிவர்மா ஓவியப் படைப்புகள் வழி விளக்குகிறார் ஆர். நந்தகுமார். கேரளாவின் புதிய நடுத்தர வர்க்கம் பழைய நிலப்பிரபுத்துவ அமைப்பிலிருந்து விடுபட விரும்புவதையும், தேசியப் பூர்ஷுவாக்களுடன் தன்னை இனங்காணத் துடிப்பதையும், தேசியவாதக் கருத்துக்களை முன்னெடுத்துச் செல்ல முற்படுவதையும் இக்கட்டுரை மூலம் ஒருவாறு அறிய முடிகிறது.

N. Haltti, Satyapriya, J.Heinmann மூவரும் சேர்ந்து எழுதிய 'Yelandur Kaditas and a Critique of the Survey Settlements in Mysore State' [எலாந்தூர் கடிதங்களும் (கணக்கேடுகளும்) மைசூர் அரசின் குடியிருப்பு அளவீடு பற்றிய விமரிசனமும்] என்ற கட்டுரை, 1806–88 ஆண்டுகளில் காலனியாதிக்கம் ஏற்படுவதற்கு முந்தைய மைசூர் அரசின் வேளாண்மைக் கட்டமைப்பு பற்றியும் 1894இல் அறிமுகப்படுத்தப்பட்ட குடியிருப்பு அளவீட்டுமுறைக்கு முன்புள்ள நில வருவாய் முறை பற்றியும் மேற்கொண்ட பேராய்வின் ஒரு சிறு பகுதியாகும். 'கடிதா' என அழைக்கப்படும் கிராமக் கணக்கேடுகளை ஆதாரமாகக் கொண்டு அக்காலக்கட்டத்தில் நடத்தப்பெற்ற குடியிருப்பு அளவீடு பற்றி இக்கட்டுரை ஆராய்கிறது. தஞ்சை மராட்டிய மன்னர்களின் மோடி ஆவணங்களைப் போல

இக்கணக்கேடுகளும் பல வரலாற்றுச் செய்திகளைத் தம்முள் உள்ளடக்கிக் கொண்டுள்ளன. (தஞ்சை சரசுவதி மகால் ஊழியர்கள் சரபோசி காலத்தில் ஓய்வூதியம் பெற்றதாக மோடி ஆவணம் கூறுவதை எடுத்துக்காட்டி இன்றைய ஊழியர்கள் ஓய்வூதியம் பெறக் கிளர்ந்தெழுவது மோடி ஆவணத்தின் முக்கியத்துவத்தைக் காட்டும் 'ஒரு சோற்றுப்பதமாகும்.') சோழர் கட்டுப்பாட்டிலிருந்த எலாந்தூர், விசய நகர மன்னர்களிடம் சென்றதும், பிறகு மைசூர் ராஜாக்கள் வசம் வந்ததும், இந்த ஆட்சிமாற்றக் காலங்களில் நில வருவாய் முறைகளில் ஏற்பட்ட மாற்றங்களும் இக்கட்டுரையில் இடம்பெறுகின்றன. 1673-1704 முதல் நன்கு செயல்பட்டு வந்த இந்தமுறை 1894இல் செயலிழக்கிறது. பிரித்தானியருக்கு முந்திய மைசூர் உடையார்கள் ஆட்சியில் எலாந்தூரில் எல்லாரையும் சமமாகப் பாவித்து ஓர் ஒழுங்குடன் நன்கு செயல்பட்ட நில வருவாய் முறையை இக்கணக்கேடுகள் எடுத்துக்காட்டுகின்றன. கருநாடக வரலாற்றாய்வுக்கு உதவும் கட்டுரை இது.

ஆ.இரா. வேங்கடாசலபதியின் *Subramania Bharati and the Modernisation of Tamil* (பாரதியும் மொழியின் நவீனமயமாக்கமும்) கட்டுரை *காலச்சுவடு* இதழ் 13இல் வெளிவந்து எதிர்வாதங்களையும் உள்வாங்கிக் கொண்ட நல்ல கட்டுரையாகும். நூல் மதிப்புரைகளுள் கேரள சாஸ்திர சாகித்ய பரிஷத்தின் செயல்பாடுகள் பற்றிக் கூறும் நூலும், முற்காலத் தெக்கணத்தின் சமூக - பொருளாதார வரலாறு பற்றிய நூலும், திருவண்ணாமலைக் கோயில்பற்றி பிரெஞ்சில் வெளியான மூன்று நூல்களும், ஆந்திராவில் சாராய எதிர்ப்பியக்கம்பற்றிக் கூறும் தெலுங்கு நூலும் இடம்பெற்றுள்ளன.

South Indian Studies வருகை மன நிறைவு தருகிறது. காலத்தின் தேவை கருதி வெளிவரும் இந்த ஆய்விதழ் புதிய வெளிச்சத்தில் பல உண்மைகளை நம் முன்வைக்கும்; நிகழ் கால - எதிர்கால ஆய்வுக்கு முன்னோடியாக அமையும் என்பது உறுதி. இந்த உறுதியை மென்மையாக, அழகாக வெளிப்படுத்தும் இந்த இதழின் ஆண்டுச் சந்தா ரூ 75தான் என்பது மிகவும் மகிழ்ச்சிக்குரியதாகும்.

South Indian Studies, January-June 1996, Published by Chithira Publishers, 39/3006, Manikath Road, Kochi 682 016, Kerala

இராம. சுந்தரம்

காலச்சுவடு இதழ் 15, செப்.1996

பின்னுரை

நட்பு, விலகல், மரணம்

இந்நூலுக்கு நான் முதலில் எழுத நினைத்த பின்குறிப்பு வேறு. தகவல் அடிப்படையிலான குறிப்பு அது. ஆனால் நண்பர் சலபதி[1] தன் கோப்புகளைத் தேடி அவருக்குப் பாண்டியன் தொடர்பாக நான் 20 ஆண்டுகளுக்கு முன்னர் எழுதிய கடிதங்களை ஒவ்வொன்றாகப் பிரதி யெடுத்து மின்னஞ்சலில் அனுப்பியதும் பல புதிய செய்திகளை அவற்றில் கண்டேன். முற்றிலும் மறந்த விஷயங்கள் புதிய செய்திகள்தானே! அக்கடிதங்கள் பல நினைவுகளைத் தூண்டின. வரலாற்றாசிரியர்கள் என் கடிதங்களை எல்லாம் சமகாலத்திலேயே ஆவணப்படுத்தி வருவார்கள் என்று நினைத்ததில்லை! வாழ்க அவர்தம் பணி!

1993 மார்ச்சில் எனக்குத் திருமணம். மைதிலிக்கு ஊர் சென்னை. எனவே அடிக்கடி சென்னைக்குப் பயணிக்கத் தொடங்கினேன். காலச்சுவடு இதழை மீண்டும் தொடங்கும் யோசனையுடன் சலபதியை அடிக்கடி சந்தித்து வந்தேன். அப்போது அவருக்குப் பாண்டியன் மோகம் உச்சத்திலிருந்தது. அவர் பேச்சில், நட்சத்திர எழுத்தாளன் வாயில் பொய்போல், பாண்டியன் பெயர் இடைக்கிடையே வந்து கொண்டேயிருக்கும். எனவே பாண்டியனைச் சந்திக்கச் சென்றோம். 1993ஆக இருக்க வேண்டும். பாண்டியன் இளையர்களுக்கு மிக கவர்ச்சிகரமான ஆளுமை. நட்புணர்வு,

---

1. ஆ. இரா. வேங்கடாசலபதி, பேராசிரியர், MIDS.

பெரும்போக்கு, கூர்மை, விட்டேத்தியான மனோபாவம். இப்போது கடிதங்களைப் பார்க்கும்போது அவர் மோகம் என்னையும் உடன் தொற்றியிருப்பது ஆதாரபூர்வமாகத் தெரிகிறது. இதுபோல் கொண்டாடிய நட்புகள் வேறுசிலவும் உண்டு. சேரன், சலபதி, ரவிக்குமார், கலைச்செல்வன்... இவை எல்லாம் கருத்தொற்றுமையிலிருந்து அல்ல, கருத்து வேறுபாட்டில் கிளைத்தவை. அறியாத உலகை, அறியாத பார்வையை, மறுபக்கத்தைக் காட்டக்கூடியவர்கள் என்ற உற்சாகம். நாம் செழுமைப்படுவதில் கிளர்ந்தெழும் இன்பம். மைதிலி அந்தஅந்தக் காலங்களில் இவர்களை என் இரண்டாம் மனைவி என்பாள்.

சென்னை செல்லும்போதெல்லாம் பாண்டியனைச் சந்திப்பது வழக்கமாயிற்று. பல சமயங்களில் தினமும். சேலம் ரவியுடன் (குவளைக் கண்ணன்) ஒரு டப்பா டிவிஎஸ்**50**இல் சென்னை முழுக்க அலைந்து பலரையும் சந்தித்து *காலச்சுவடு*க்குப் படைப்புகள் கேட்ட நாள்கள் அவை. வெயிலில் சோர்ந்து பாண்டியன் அறைக்குச் சென்றால் மூலையில் இருக்கும் பாயை விரித்து ஓய்வெடுத்துக்கொள்ளலாம். ஒரு உயராய்வு நிறுவனத்தின் சூழல் அந்த அறையில் மட்டும் கவியாது. பொதுவாக இதுபோன்ற நிறுவனங்களால் அந்நியப்படுபவர்கள் பலரும் பாண்டியனைப் பார்க்க வருவார்கள். ஆய்வில் திணறும் மாணவர்களுக்கு, குறிப்பாகக் கல்வியிலும் வளர்ச்சியிலும் விலக்கப்பட்டவர்களுக்கு, அந்த அறை ஒரு புகலிடம்.

பாண்டியன் முதலில் வரதராஜ முதலியாருக்கு EPW[2]இல் எழுதிய அஞ்சலியைப் படிக்கக் கொடுத்தார். அடுத்து வைகுண்டர் பற்றிய கட்டுரை.[3] பின்னர் Image Trap.[4] ஆனைமுத்துவின் பெரியார் தொகுதிகளிலிருந்து பாண்டியன் தேர்ந்தெடுத்துக் கொடுக்கும் பகுதிகளை அங்கேயே அமர்ந்து படித்தேன். *காலச்சுவடை* மீண்டும் தொடங்கி நடத்தும் வேகம் மனதை ஆட்கொண்டிருந்த நாள்கள் அவை. பாண்டியனைப் பற்றி நானும் நண்பர்களிடம் பேசத் தொடங்கினேன். *காலச்சுவடு*வழி பாண்டியனின் சிந்தனைகளை வாசகரிடம் கொண்டு செல்வது, *காலச்சுவடை*யும் செழுமைப்படுத்துவது என்று உடனடியாகவே சிந்திக்கத் தொடங்கினேன். சலபதிக்கு எழுதிய கடிதங்களிலிருந்து பாண்டியனை நேர்காணல் செய்யும் திட்டத்தை நானும் சலபதியும், தமிழில் இதுபோன்ற

---

2. *Economic and Political Weekly.* உலகின் முதன்மையான இடதுசாரி இதழ்.
3. *Meanings of Colonialism and Nationalism: An Essay on Vaikundaswamy Cult. Studies in History*
4. *The Image Trap: M.G.Ramachandran in Film and Politics.*

திட்டங்கள் போடப்படும் உரிய சூழலில், நீட்டியிருக்கிறோம் என்பது தெரிகிறது. சலபதிக்குப் பாண்டியனைக் குறிப்பிட்டு நான் எழுதிய முதல் கடிதத்தில்:

> எம்.எஸ்.எஸ். பாண்டியனின் நேர்காணலைச் செய்துதருவதாக ஏற்றுக்கொண்ட விஷயம். அப்போது 'நடுநிலை'யில் இல்லை என்று இப்போது தப்பிக்க முயல வேண்டாம். எம்.எஸ்.எஸ். பாண்டியனின் கட்டுரை ஒன்று *காலச்சுவடில்* வெளியானபின் அவர் பேட்டியை வெளியிடலாம் என்று நான் சொன்னதை வாபஸ் வாங்கிக்கொள்கிறேன். அப்போது நான் 'நடுநிலை'யில் இல்லை. இன்னும் இரண்டு மாதங்கள் நீங்கள் எடுத்துக்கொள்ளலாம். *(19/4/94)*

(இரண்டாம் கட்டமாக வெளிவந்த *காலச்சுவடின்* முதல் இதழ் அக்டோபர் **1994**இல் வெளிவந்தது).

அடுத்த மாதம் சலபதிக்கு எழுதிய இரண்டு கடிதங்களிலும் பாண்டியன் நேர்காணல் பற்றிய குறிப்புகள் உள்ளன:

> பாண்டியனுக்கு அவரை நீங்கள் பேட்டி காண இருப்பது பற்றி எழுதியிருக்கிறேன். ஜூன் மாதம் கட்டுரைகளை மொழிபெயர்த்துத் தருவதாக அவர் கூறியிருப்பதால் இரண்டாவது இதழில் அவர் பேட்டியையும் கட்டுரைகளையும் வெளியிடலாம் என்று யோசனை.
>
> பேட்டி எப்படி இருக்க வேண்டும் என்பது பற்றி எனக்கு அதிகம் சொல்வதற்கில்லை. சில யோசனைகள்: அவர் பிறந்து வளர்ந்த பின்னணியைப் பதிவு செய்யலாம். அவரை மிகவும் பாதித்த ஆளுமைகள், புத்தகங்கள், அனுபவங்கள் அவர் கருத்துலகப் பயணத்தை பாதித்த விதம்.
>
> நல்ல ஒரு புகைப்படக் கலைஞரை வைத்து இருபது இருபத்தைந்து கறுப்பு வெள்ளைப் புகைப்படங்களை எடுக்க வேண்டும்... *(3/5/94)*
>
> பாண்டியனின் பேட்டி சம்பந்தமாக கழுத்தை நெரிப்பதாக நினைக்க வேண்டாம் (நெரிக்கக் கூடியவன்தான் என்றாலும்). ஒரே ஒரு பேட்டியை வைத்துக்கொண்டு இதழைத் தயார் செய்வதில் எனக்கு விருப்பமில்லை. பல காரணங்களால் முதல் இதழில் எஸ்.என். (நாகராசன்) பேட்டியை

வெளியிட வேண்டாம் என்று முடிவுக்கு வர நேரிடலாம்... தமிழுக்கு அவ்வளவாக அறிமுகம் இல்லாத பாண்டியனின் பேட்டியை முதலில் வெளியிடலாம் என்று நானும் மணிவண்ணனும்[5] பேசிக்கொண்டோம். ஜூன் மாதம் பேட்டியை எடுத்துவிடுங்கள். ஜூலை மாதம் கைப்பிரதியைக் கொடுத்துவிட்டால் வசதியாக இருக்கும். *(17/5/94)*

தயங்கி நழுவிக்கொண்டிருந்த பாண்டியன் இடையில் நேர்காணலைப் பதிய வேண்டாம், பதிலை எழுதிக் கொடுக்கிறேன் என்றிருக்க வேண்டும். ஏனெனில் அடுத்த கடிதத்தில் "பாண்டியன் கேள்வி பதில் விவகாரம் என்ன ஆயிற்று. வேதாளம் மீண்டும் முருங்கை மரத்தில் ஏறிக்கொண்டுவிட்டதா?" *(04/08/94)* என்று வினவியிருக்கிறேன்.

இத்தனைத் திட்டமிட்டும் அந்த நேர்காணல் கைகூடவில்லை.

*1994*இல் பாம்பன்விளையில் சுரா நடத்திய கலந்துரையாடல் கூட்டத்திற்கும் (*காலச்சுவடு* மீண்டும் வெளிவர இருப்பதை அறிவித்த சந்திப்பு அது) பாண்டியனை அழைத்திருக்கிறோம். நேர்காணல், கட்டுரை கேட்டு எழுதிய எந்தக் கடிதத்திற்கும் பாண்டியன் பதில் எழுதியதாக வரலாறே இல்லை. கோபத்துடன் அடுத்தமுறை MIDS[6] சென்றால் நிமிடங்களில் சரிக்கட்டிவிடுவது அவருக்குக் கைவந்த கலை.

இக்காலக்கட்டத்தில் சலபதிக்குப் பின்வருமாறு எழுதியிருக்கிறேன்:

பாண்டியனிடமிருந்து பதில் இல்லை. ஒரு புததகத்தை அவர் மீண்டும் மீண்டும் கேட்டதால் தேடி எடுத்து அனுப்பிவைத்தேன். பெற்றுக் கொண்ட தகவல்கூட இல்லை. ஆங்கிலத்தில் கடிதம் எழுதினால் பதில் எழுதுவாரா என்று பார்க்க வேண்டும். பாண்டியன் கூட்டத்தில் கலந்துகொள்வாரா என்பது தெளிவானால்தான் யார் யாரைப் பேசச் சொல்வது என்று முடிவு செய்து நண்பர்களுக்கு கடிதம் எழுத முடியும்." *(20/7/94)*

திருநெல்வேலி மனோன்மணியம் சுந்தரனார் பல்கலைக் கழகத்தின் வரலாற்றுத் துறையில் பணியாற்றி வந்த சலபதி

5. லஷ்மி மணிவண்ணன், எழுத்தாளர். *காலச்சுவடு* ஆசிரியர் குழுவில் சில ஆண்டுகள் உறுப்பினராக இருந்தவர்.
6. *Madras Institute of Development Studies.*

இங்கிலாந்து (முதல் அயல் பயணம்) சென்று திரும்பியதும் அவருக்கு எழுதிய கடிதத்தில்,

> தோரணங்கள், ஆளுயர மாலை, பேப்பர் விளம்பரம், போஸ்டர் எதையும் ஒழுங்கு செய்யமுடியாமல் போனதற்கு மன்னிக்கவும். உங்கள் குருவின் ஒத்துழைப்பு கிடைக்க வில்லை... அயலிலிருந்து நண்பர்களுக்கு நீங்கள் கொண்டுவரும் 'பரிசுகள்' திருநெல்வேலிவரை வந்து சேரும் என்ற எதிர்பார்ப்பு எனக்கு. சென்னையில் மிஞ்சுமா என்ற சந்தேகம் பாண்டியனுக்கு . . . *(31/10/96)*

பாண்டியன் தமிழில் இரண்டு கட்டுரைகள் எழுதினார். முதல் கட்டுரை பாமக வெளியிட்ட வாழ்வுரிமை மாநாட்டு மலரில் வெளிவந்தது. நான் படித்ததில்லை. *1993*இல் சந்தித்தபோது பாண்டியனிடம் அம்மலரின் பிரதி இருக்க வில்லை என்றே நினைவு. இரண்டாவது கட்டுரை *1995*இல் *தினமணி* ஆசிரியர் சம்பந்தம் வேண்டுகோளுக்கு இணங்க ஜெயலலிதா ஆட்சியின் நான்காம் ஆண்டு நிறைவில் எழுதிய கட்டுரை. எனக்கு ஏமாற்றம் அளித்த கட்டுரை அது. காரணம் அரசியல் நிலைப்பாடு அல்ல. *1996*இல் திமுக ஆட்சிக்கு வர நான் வாக்களித்தேன். அந்த ஆட்சி பற்றிய நல்லெண்ணம் எனக்கு இருந்தது. *2001*இல் திமுக தோல்வி கண்டது எனக்கு ஏமாற்றமாகவும் இருந்தது. எனவே அவருடன் பழகிய காலத்தில் அவருடைய திமுக சார்புநிலை எனக்கு உடன்பாடாகவே இருந்தது. ஏமாற்றத்திற்குக் காரணம், தனது சிந்தனைகளை நுட்பமாகச் சொல்லும் நடை ஆங்கிலம்போல் தமிழில் அவருக்கு அமையவில்லை. இதன்பிறகு அவர் கட்டுரைகளை அவரே மொழிபெயர்க்கும் திட்டத்தைக் கைவிட்டுவிட்டேன். தனது கட்டுரைகள் தமிழில் வருவது பற்றித் தயக்கத்துடன் இருந்த பாண்டியன் அதைச் செய்யும் சாத்தியமும் இருக்கவில்லை.

'தமிழ் மேட்டுக்குடியினரும் திரைப்படங்களும்'[7] கட்டுரையை மொழிபெயர்க்கப் பலரிடம் கேட்டு அவர்கள் மறுக்க, இறுதியில் நான் மிகவும் வற்புறுத்தியதால் ஞாநி மொழிபெயர்த்துக் கொடுத்தார். அப்போது சலபதிக்கு எழுதிய கடிதத்தில் "பாண்டியன் கட்டுரையைக் கண்ணால் கண்டுவிட்டேன்" *(15/5/97)* என்று பூரிப்புடன் அறிவித் திருக்கிறேன். கட்டுரையின் இறுதியில் ஒரு குறிப்பை ஞாநி சேர்த்திருந்தார்.

---

7. *'Tamil Cultural Elites and Cinema: Outline of an Argument' Economic and Political Weekly, 13 April 1996.*

இந்தக் கட்டுரையின் பல கருத்துக்களுடன் எனக்கு உடன்பாடு உள்ளதுபோலவே பலவற்றுடன் மாறுபட்ட கருத்தும் உண்டு. பொதுவாகத் தமிழறிந்தோர் ஆங்கிலத்தில் எழுத நேரும் கட்டுரைகளைத் தமிழில் மொழிபெயர்க்கும் பணியை நான் ஏற்றுக்கொள்வதில்லை. இந்த மொழிபெயர்ப்பு கண்ணனின் அன்பால் நேர்ந்த விதிவிலக்கு. (காலச்சுவடு இதழ் 18. 1997)

சலபதிக்கு நான் எழுதிய மற்றொரு கடிதத்தில், "சக்ரவர்த்தி,[8] பாண்டியன் ஆகியோரிடம் காலச்சுவடுக்கு தரவேண்டிய கட்டுரைகளைப் பற்றி பேச முடிந்ததா" (6/5/97) என்ற வினவல் இடம் பெறுகிறது.

பாண்டியனின் 'Image Trap' என்ற நூல் பரவலாக அறியப்பட்டிருந்தாலும் *The Political Economy of Agrarian Change: Nanchilnadu (1880 - 1939)* அதிகம் அறியப்படவில்லை. எனவே சலபதி எழுதியிருந்த நூல் அறிமுகத்தை காலச்சுவடில் வெளியிடுவது என்று முடிவு செய்தோம். "பாண்டியனின் புத்தக மதிப்புரையை எடுத்து வாருங்கள்" (11/6/97) என்று புதுமைப்பித்தன் தொகுப்புப் பணி தொடர்பாக அவருக்கு எழுதிய கடிதத்தில் ஒரு வரி இடம் பெற்றுள்ளது.

~~

'தமிழ் இனி 2000'க்குப் பிறகு பாண்டியனைப் பார்க்கச் சென்றபோது 'நானும் வந்திருந்தேன்' என்று சொல்லி அதிர்ச்சியளித்தார். 'சுராவைப் பார்க்க வந்தேன். சந்தித்துப் பேசிவிட்டு திரும்பிவிட்டேன்' என்றார். தனது அறையில் எல்லாரையும் வரவேற்கும் அவர் எவரையும் எளிதில் சென்று சந்திப்பவர் அல்ல. (அவர் அடிக்கடி சந்தித்தது 'விடுதலை' ராசேந்திரன் அவர்களை.) நான் பாண்டியனைச் சந்தித்த விவரங்களையும் அவர் கட்டுரைகளையும் அப்பாவுடன் பகிர்ந்துகொள்வதுண்டு. ஆனால் மறுபக்கம் சுராவைப் பற்றிப் பேசியது இல்லை. 'ஒரு புளியமரத்தின் கதை'யை எண்பதுகளின் கடைசியில் படித்துவிட்டு அவர் கொண்டாடினார் என்று சலபதி வழி அறிகிறேன். எனக்கு ஒரே ஒரு உரையாடல்தான் நினைவில் உள்ளது. 'ஜே.ஜே. சில குறிப்புகள்' பற்றிக் குறிப்பாக அதன் மொழி பற்றிப் பாராட்டுணர்வுடன் பேசினார். அந்தப் புதிய நடையைக் கிட்டத்தட்ட ஆங்கிலத்திற்குச் சமாந்திரமாகத் தமிழில் சுரா அறிமுகப்படுத்தியதை ஒரு அறிஞர் சந்திப்பில் தான் எடுத்துரைத்ததைக் குறிப்பிட்டார்.

~~

---
8. வெங்கடேஷ் சக்கரவர்த்தி, திரை விமர்சகர்.

பாண்டியன் எம்.ஐ.டி.எஸ்.லிருந்து விலகிக்கொண்ட பின்னர் நான் அவரை அதிகம் சந்திக்கவில்லை. காரணம் தனிப்பிரச்சனையோ கருத்து வேறுபாடோ அல்ல. அவருடன் பழகிய காலத்திலும் அவருடன் எனக்குப் பல விஷயங்களில் கருத்தொற்றுமை இருக்கவில்லை. அதை நான் மறைத்ததும் இல்லை. ஆனால் அவர் பார்வையை மதித்தேன். உபேந்திர பக்ஷியின் அம்பேத்கர் பற்றிய கட்டுரையை அவர் *காலச்சுவடு*க்குப் பரிந்துரைத்ததும் அதை விரைவில் மொழிபெயர்த்து வெளியிட்டேன். அக்காலகட்டத்தில் பாண்டியனுக்கு உடன்பாடில்லாத எத்தனையோ செய்திகள் *காலச்சுவடி*ல் வெளிவந்தன.

*2001*ஐ ஒட்டி பாண்டியனுக்கும் சலபதிக்குமான உறவில் பெரும் சரிவு ஏற்பட்டது. அது ஏற்படுத்திய நெருக்கடியில் பிரச்சனையின்றி அவரிடமிருந்து விலகிக்கொண்டேன். பாண்டியனோடு உறவு முறிந்திருந்தால் அது என்னை மிகவும் பாதிக்கும் என்ற அச்சமும் காரணம். அதன்பின்னர் பாண்டியனைப் பொது இடங்களில் ஓரிருமுறை சந்தித்தேன். தொலைபேசியில் அவர் தந்தையார் காலமானபோது துக்கம் விசாரித்தேன். இவை சுமுகமாகவும் நட்பின் வெம்மையை உணரக்கூடியதாகவும் இருந்தன. ஆனால் *காலச்சுவடை*ப் பற்றி இங்கு பொதுவாக இருந்த விமர்சனங்கள் பலவற்றை அவரும் பிற்காலத்தில் பகிர்ந்துகொண்டார் என்று நண்பர்கள்வழி அறிந்தேன். *2006*க்குப் பின்னர் நடந்த கேடுகெட்ட திமுக ஆட்சியை அவர் ஆதரித்துப் பேசியதும் எழுதியதும் எனக்கு உடன்பாடாக இருக்கவில்லை. (ஈழப் படுகொலையின்போது திமுகவின் செயல்பாடின்மையையும் செம்மொழி மாநாட்டையும் அவர் கடுமையாக விமர்சிக்கவும் செய்தார்.) எனினும் என் மனதில் பாண்டியன் மீதான நட்புணர்வும் மரியாதையும் நீங்கவில்லை. காரணம் அவர் ஒரு முற்போக்குப் போலி அல்ல. எந்தச் சந்தர்ப்பத்திலும் அவர்மீது கசப்பான எண்ணங்கள் என் மனதில் இருந்ததில்லை.

கருத்து வேறுபாடுகளுடன் இறுதிவரை இந்த உறவு தொடர்ந்திருக்காதா என்ற ஏக்கம் எப்போதும் இருந்தது. இப்போது அதிகமாகியிருக்கிறது. அவரிடம் இருந்து நான் பெற்ற பாதிப்பு ஆழமானது. எனது முதல் கட்டுரையான 'டேவிட்டின் உருமாற்றம்' *(1999)* பாண்டியனின் வழிகாட்டுதலில் எழுதப்பட்டதல்ல. ஆனால் அவரைச் சந்தித்திராவிட்டால் அதை எழுதியிருக்க மாட்டேன்.

எனவே என்னுடைய 'பிறக்கும் ஒரு புது அழகு' *(2007)* கட்டுரைத் தொகுப்பை அவருக்குச் சமர்ப்பிக்க விரும்பினேன். சலபதி அவருக்கு ஒரு நூலைச் சமர்ப்பித்ததை அவர் கோபத்துடன் எதிர்கொண்டது நினைவுக்கு வந்து தடுத்தது.

எனவே முதல் பெயராக அவருக்கு நன்றி அறிவிப்பதோடு நிறுத்திக்கொண்டேன்.

பாண்டியன் தன் அகால மரணத்தோடுதான் தமிழ்ச் சமூகத்தில் பரவலாக அறியப்படும் சூழல் ஏற்பட்டுள்ளது. அவ்வாறு நேர்ந்திருக்க வேண்டியதில்லை. வாழும் காலத்திலேயே உரிய அங்கீகாரத்தைத் தமிழில் அவர் பெற்றிருக்கலாம். அவரது எழுத்துக்களை இதழிலும் நூலாகவும் வெளியிட நாங்கள் தயாராகவே இருந்தோம். கருத்தொற்றுமையை வேண்டாமல் இதைப் பெருமளவு நாங்கள் செய்திருக்க முடியும். *காலச்சுவடு* பற்றிய விமர்சனங்களை அவர் என்னுடன் பகிர்ந்து கொண்டிருந்தால் நிச்சயம் அதைத் திறந்த மனதுடன் கேட்டு உள்வாங்கியிருப்பேன். ஒரு காலக்கட்டத்தில் பாண்டியனின் எழுத்துகளைத் தமிழ்ப் படுத்த ஆத்மார்த்தமாக முயன்றோம். 'இமேஜ் டிராப்' தமிழில் வருவதற்கு அவர் தடைபோட்டார். தமிழில் அவர் கட்டுரைகள் வருவது பற்றி அவருக்குத் தயக்கங்கள் இருந்தன. அவை ஓரளவு நியாயமானவையே என்று இப்போது தோன்றுகிறது. அவரது மூன்று கட்டுரைகள் *காலச்சுவடி*ல் வெளிவந்த காலத்தில் அவற்றைச் சாதகமாகக் குறிப்பிட்டு ஒரு வரியைக்கூட எவரும் எழுதவில்லை. ஒவ்வொரு இதழிலும் ஆறேழு பக்கங்கள் பிரசுரமான கடிதங்களிலும் எதிர்வினைகளிலும் எந்தக் குறிப்புமே காணப்படவில்லை. அதன்பின்னர் இந்த 17 ஆண்டுகளில் அவை எங்கும் குறிப்பிடப்பட்டும் நான் பார்த்ததில்லை. பெரியார் பற்றிய அவரது உலகப் புகழ்பெற்ற கட்டுரைகூட[9] தமிழில் எந்த ஒரு சிறு தாக்கத்தையும் ஏற்படுத்தியதற்கான சான்றைப் பார்க்கக் கிடைக்கவில்லை. வாழ்ந்த காலத்தில் புறக்கணித்து மரணத்திற்குப்பின் புலம்பும் அல்லது கொண்டாடும் நம் போக்கு விரைவில் ஒழிய வேண்டும்.

அவருடைய 'தமிழ் மேட்டுக்குடியினரும் திரைப் படங்களும்' கட்டுரைக்கு இரண்டு கடுமையான விமர்சனங்கள் வெளிவந்தன. சில பகுதிகள்:

> எம்.எஸ்.எஸ். பாண்டியன் நேரடியாகத் தமிழில் எழுத வேண்டும் என்கிற ஆர்வம் எனக்கு இருந்தது. அவரது எழுத்து பற்றி நண்பர்கள்மூலம் அறியவந்ததனால் ஏற்பட்ட ஆர்வம் அது. ஞாநி மொழிபெயர்ப்பில் வந்துள்ள அவரது கட்டுரையைத் தமிழில் படித்தபோது ஆர்வத்துக்கு எதிரான முதல் ஏமாற்றமே எனக்கு ஏற்பட்டது.

---

9. *Denationalising the Past: Nation in E. V. Ramasamy's Political Discourse. Economic and Political Weekly, 16 October 1993.*

அதற்குக் காரணம் பிரச்சினைகளின் சாரத்தை எளிமைப்படுத்தி அதனை உறுதிப்படுத்த அவர் மனம் கொள்ளும் விருப்பம் ஆகும்.

1930களில் தமிழில் 'பேசும்படம் வந்த தருணம் தமிழ் அடிவர்க்க/கீழ்ச்சாதி திரைப்படப் பார்வையாளர்களுக்கு மாபெரும் உற்சாகத்தை ஏற்படுத்திய தருணமாகும்' என்று அவரது கட்டுரை துவங்குகிறது. இதைத் தவறான வாக்கியம் என்று கருதுகிறேன். கறுப்பாகவும் வெள்ளையாகவும் பிரச்சினைகளை அணுகி அவற்றின் சிக்கலான பகுதிகளைக் கத்தரித்து எறிந்து விடுவதிலிருந்தே இத்தகைய வாக்கியங்கள் பிறக்கின்றன. 'பேசும்பட'த்திலிருந்து எழுந்துவரும் தமிழ் சினிமாவைக் கீழ்சாதிப் பார்வையாளர்களுக்கான தனிப்பட்ட கலாச்சாரக் குறியீடாகப் பார்க்க விரும்பும் அவரது தொனி சரியானது என்று தோன்றவில்லை.

தமிழ் சினிமாவைப் பற்றிய அபிப்ராயங்களை எல்லாம் மேல்தட்டு அபிப்ராயங்கள் எனும் மந்திரச் சிமிழுக்குள் அடைக்க முயற்சிப்பது கருத்துக்களின், அபிப்ராயங்களின் மீதான வன்முறையாகும். ஒரு கத்தரிக்கோலை எடுத்துக் கொண்டு எம்.எஸ்.எஸ். பாண்டியனைப்போல வேறொருவர் எதிர்நிலையில் கிளம்பினால் இந்த கட்டுரைக்கு நேர் தலைகீழான அர்த்தத்தைத் தரக்கூடிய கட்டுரையை எழுதிவிட முடியும்" (லஷ்மி மணிவண்ணன், *காலச்சுவடு*, இதழ் 19, 1997).

கட்டுரையாளரின் குறிப்புகளின்படி தமிழ் மேட்டுக் குடியினர் நல்ல திரைப்படங்களுக்கான பிரக்ஞையையும், நல்ல திரைப்படங்களை உருவாக்கும் சூழலையும் நிலைநாட்ட முயன்றுள்ளார்கள் என்றே கருத வேண்டியுள்ளது. துரதிர்ஷ்டவசமாக எமது தமிழ் மண்ணில் நல்ல நெறியாளர்கள், படைப்பாளிகள் இருந்தும் நமக்குள் நல்ல படங்களெனச் சில வெளிவந்திருந்தும் வங்காளம், மலையாளம் போன்ற மொழிகளில் உருவாகிய ஆரோக்கியமான சினிமா மரபு நமது மொழியில் உருவாகவில்லை. ஜெயகாந்தனால் ஏன் சினிமாவில் தொடர்ச்சியாகக் காலூன்ற முடியவில்லை? அழியாத கோலங்கள், வீடு போன்ற படங்களைத் தந்த பாலு மகேந்திரா

சதிலீலாவதி, ராமன் அப்துல்லா போன்ற படங்களை ஏன் எடுத்துக்கொண்டிருக்கிறார் என்பதை நாம் விசனத்துடன் நோக்க வேண்டியுள்ளது.

இறுதியாகக் கருத்து நியாயத்தின் அடிப்படையில் ஆதரிப்பதும் எதிர்ப்பதும்தான் நேர்மையான ஆய்வு முறையாகும். இந்த அடிப்படை நியாயத்தன்மையில் இருந்து கட்டுரையாளர் வெகுதூரம் விலகி நிற்கிறார். (மு. புஷ்பராஜன், காலச்சுவடு, இதழ் 20. 1998)

பாண்டியன் கட்டுரைகள் எதிர்பார்த்த தாக்கத்தை அன்று ஏன் ஏற்படுத்தவில்லை என்று யோசிக்கிறேன். அவர் இக்கட்டுரைகளின் வழியாக ஆங்கில அறிவார்ந்த உலகில் நடந்த சில பிரதான விவாதங்களில் இடையிட்டு முக்கியமான வாதங்களை முன்வைத்தார். தமிழில் அந்த விவாதங்களே நடக்கவில்ல. எனவே இவற்றின் முக்கியத்துவம் உணரப்படவில்லை. ஆங்கிலத்தில் அவருக்கு இருந்த புலமை, நடை ஆகியவற்றை அதே கூர்மையுடனும் அழகுடனும் தமிழில் மொழிபெயர்ப்பதும் சாத்தியமில்லை.

~ ~

1994 ஏப்ரல் மாதம் சாரங்கன் பிறந்தான். இதற்கு அடுத்த மாதம் ஆனந்தி – பாண்டியனின் திருமண விருந்து தாராப்பூர் டவர்சில் நடந்தது. நானும் மைதிலியும் சென்றிருந்தோம். பிரசவத்திற்குப் பிறகு வெளியே சென்ற முதல் நிகழ்ச்சி. திருமணத்திற்குப் பின்னர் ஆனந்தி தில்லி சென்றார். இக்காலகட்டத்தில் நான் எழுதிய ஒரு கடிதத்தை சலபதி சமீபத்தில் நினைவு கூர்ந்தார். எனக்கு மங்கலாக நினைவிருக்கிறது. அதைத் தேடியும் கோப்புகளில் அவரால் கண்டெடுக்க முடியவில்லை. ஒருமுறை பாண்டியனைச் சென்னையில் சந்தித்தபோது அவர் நிம்மதியின்றி இருந்தார். அலைபாயும் கொந்தளிக்கும் மனநிலையில் அவரைக் காண்பது பெரும் சங்கடத்தைத் தந்தது. அப்போது ஆனந்தியை[10] அவர் பிரிந்திருப்பது நல்லதல்ல என்று பதற்றத்துடன் சலபதிக்கு எழுதினேன். இப்போதும் குடும்பத்துடன் சென்னையில் அவர் வாழும் சூழல் ஏற்பட்டிருந்தால் இன்னும் சில காலம் முக்கியமான பங்களிப்புகளை அவர் செய்திருப்பாரோ என்ற எண்ணம் மேலோங்குகிறது.

---

10. எஸ். ஆனந்தி, இணைப் பேராசிரியர், MIDS.

இச்சிறு நூலை வெளியிட அனுமதி கேட்டு ஆனந்திக்கு நான் சமீபத்தில் அனுப்பிய மின்னஞ்சலுக்கு அவர் விரிவாகப் பதிலளித்திருந்தார். 2000த்துக்குப் பின்னர் காலச்சுவடிலிருந்து பாண்டியனுக்கு ஏற்பட்டிருந்த விலகலையும் வருத்தங்களையும் அதற்கான காரணங்களையும் குறிப்பிட்டிருந்தார். 2014 ஜனவரியில் சென்னை புத்தகச் சந்தையில் நீண்ட இடைவெளிக்குப் பிறகு ஆனந்தியைக் காலச்சுவடு அரங்கில் பார்த்தேன். இருமுறை அவதானித்து உறுதிப்படுத்திக்கொண்டு தயக்கத்துடன் அருகில் போகுமளவுக்குக் கால இடைவெளி ஏற்பட்டுவிட்டது. அவர் வேண்டிய நூல்களை எடுத்துக் கொடுத்தேன். கொஞ்சம் பேசிக்கொண்டோம். இப்போது எனக்கு எழுதிய மின்னஞ்சலில் ஆனந்தி இந்தச் சந்திப்பைப் பின்னர் பாண்டியனுடன் தான் பகிர்ந்துகொண்டதாக எழுதியிருந்தார். ஆர்வத்துடன் கேட்டு விசாரித்த பாண்டியன் அவரும் நானும் நெருங்கிப் பழகிய நாட்களை மகிழ்ச்சியுடன் நினைவுகூர்ந்தாராம். காலச்சுவடுமீது விமர்சனங்கள் அவருக்கு இருந்தாலும் என்மீது எந்த வெறுப்பும் இருக்கவில்லை என்பதை ஆனந்தி சுட்டியிருந்தார். நானும் அவ்வாறே உணர்ந்து வந்தேன். எதிர்பாராத இழப்பில் மனம் கலங்கிய நாட்களில் அவர் உறுதிப்படுத்திய இச்செய்தி என்னை ஆற்றுவதாக இருக்கிறது.

நாகர்கோவில்   கண்ணன்
7.12.2014

எம்.எஸ்.எஸ். பாண்டியன்
காலச்சுவடு இதழுக்கு எழுதிய கடிதம்

வணக்கம்.

கடிதம் கிடைத்தது. காலச்சுவடு பற்றிய உங்கள் ஈடுபாடும் எதிர்பார்ப்புகளும் கடிதத்தில் தொனிக்கிறது. நன்றி. முயற்சிகள் வெற்றியடையலாம். தோல்வியடையலாம். ஆனால் முயற்சி என்பது தொடரத்தானே வேண்டும். காலச்சுவடு பற்றிய பணி நன்றாக நடக்கும் என்பதில் எனக்கு துளி சந்தேகமும் கிடையாது. காலச்சுவடுக்கு என்னால் இயன்றதை எழுதுகிறேன்.

ம.ச.ச. பாண்டியன், சென்னை
இதழ் 9, அக்டோபர் 1994.

14